TENDRAÐU
LJÓSIÐ INNRA
MEÐ ÞÉR

HILDUR ÞÓRÐARDÓTTIR

TENDRAÐU LJÓSIÐ

INNRA MEÐ ÞÉR

Orkustöðvarnar

TENDRAÐU LJÓSIÐ INNRA MEÐ ÞÉR

ISBN 9798710314340

Bókin er gefin út af Hildi Þórðardóttur

hildur.thordardottir@gmail.com

Facebook: Góðir straumar

Allt er eins og það á að vera.

Allt sem gerist eða gerist ekki, er tækifæri til að vaxa og þroskast, líta inn á við, losa og sleppa, heila gömul sár, létta á líkamanum og hreinsa gamla orku sem þjónar okkur ekki lengur.

Efnisyfirlit

INNGANGUR

D ag einn fyrir mörgum árum ákvað ég að hreinsa gömul áföll og tilfinningar úr orkulíkamanum. Mig langaði að ná andlegum þroska þannig að ég þyrfti ekki lengur að þjást í hvert sinn sem einhver var hranalegur við mig eða reyndi að særa mig.

Uppi í hillu átti ég tvær bækur um jógaheimspeki sem ég hafði keypt um tvítugt. Fyrri bókina las ég upp til agna en seinni bókin höfðaði ekki til mín þá svo hún beið þar til ég yrði tilbúin.

Nú greip ég seinni bókina og þar stóð:

> Áður en augun geta séð, verður þeim að vera ómögulegt að tárast. Áður en eyrun geta heyrt, verða þau að hafa glatað næmleik sínu. Áður en röddin getur talað í návist Meistaranna, verður henni að vera ómögulegt að særa. Áður en sálin fær staðið í návist Meistaranna, verður hún að hafa þvegið fætur sínar í blóði hjartans.

Þetta var það sem mig langaði að ná. Þetta með röddina var auðvelt, því ég hef aldrei getað sært fólk viljandi. Þetta með augun og eyrun fær merkingu þegar maður hættir að sjá heiminn sem góðan eða vondan. Allt er reynsla sem fólk sækist eftir, hvort sem það er að deyja í stríði, af slysförum eða lenda í áföllum. Bardagar, stríð, svik, pólitík og græðgi fá líka merkingu þegar það er hugsað í því samhengi. En það var þetta með blóð hjartans sem var erfiðast.

Hvernig gat ég hreinsað allan sársauka úr hjartanu þannig að það yrði ónæmt fyrir sársauka? Hvernig gat ég lyft mér upp yfir tilfinningarnar og orðið eins og jógi, í eilífu jafnvægi?

Ég hef alla tíð verið viðkvæm manneskja, tók afar nærri mér ef einhver særði mig eða aðra og vöknaði um augu við jákvæðar fréttir. Mig langaði ekki að vera svona viðkvæm lengur. Hvernig gerir maður hjartað sterkara?

Svo ég settist í hugleiðslustólinn minn og byrjaði að leyfa minningunum að koma upp á yfirborðið. Skyldi ég nú sleppa öllum erfiðum tilfinningum og hreinsa orkulíkamann svo ég myndi hætta að finna til.

Þetta voru sársaukafullar minningar sem komu upp og lítið gerðist, að ég hélt, nema tárin streymdu niður. Að sjálfsögðu var heilunarvinnan byrjuð. Bara það að leyfa minningunum að koma upp á yfirborðið, opnar fyrir heilunina.

Þar sem þetta gekk ekki nógu hratt fyrir minn smekk, fór ég til heilara reglulega í næstum því heilt ár. Í tímunum komu oft skilaboð frá andlegum leiðbeinendum um að ég ætti að læra heilun, en mér fannst ég ekki vera neitt andleg, hafði aldrei séð framliðna eða áru fólks, svo hvað í ósköpunum hafði ég að gera með heilun.

Loksins fór ég á Reiki heilunarnámskeið og það var eins og ég væri komin heim. Þetta var bara eins og að rifja upp eitthvað sem ég hafði lært í æsku. Þegar kennarinn sagði að við ættum að hafa báðar hendur á viðkomandi til að orkan færi að streyma, ákvað ég að gera það ekki því ég vissi að ég gæti heilað marga í einu. Ég lærði Reiki merkin sem mátti alls ekki skrifa niður en gleymdi þeim fljótlega aftur því ég vissi að ég þurfti ekkert á þeim að halda. Námskeiðið var í raun bara að opna fyrir eitthvað sem ég hélt áður lokuðu með efanum.

Ég mæli með að allir læri heilun, þó ekki nema bara til að heila sjálfan sig. Í raun geta allir heilað án þess að fara á námskeið. Margir eru þó eins og ég, þurfa að finna eitthvað áþreifanlegt til að trúa að eitthvað sé að gerast. Reiki er gott að því leyti að maður finnur orkuna í í lófunum þegar hún streymir og náladofa þegar orkustöðin er mett.

Eftir námskeiðið heilaði ég eigin orkustöðvar á kvöldin þegar ég var komin upp í rúm. Ég einblíndi á neðstu stöðvarnar þrjár því það lá vel við að sofna með hendurnar á þeim og mér var svo illt í handleggjunum á þessum tíma að ég gat ekki verið lengi með hendurnar ofar.

Smám saman fór ég að finna fyrir virkni orkustöðvanna og hætti til dæmis að geta krosslagt hendurnar fyrir framan sólarplexus því mér fannst ég vera að kæfa orkustöðina.

Það var auðvelt að tengja hverja orkustöð við tilfinningar og viðhorf því sálin mín vissi þetta allt saman fyrir. Það er eins með allt sem við lærum, þótt við sjáum eitthvað bara einu sinni getum við alltaf beðið sálina að bera okkur viskuna aftur. Ég nota þetta mikið þegar mig vantar orð á einhverju tungumáli eða þarf að rifja upp nafn einhvers sem ég hef ekki séð í áratugi.

Þegar fólk kom til mín í meðferð unnum við markvisst með tilfinningar og viðhorf í orkustöðvunum. Fyrir mér var ekki nóg að heila orkulíkama viðkomandi, heldur vildi ég komast að orsökinni. Að heila bara orkuna er eins og að þvo bara flíkur fólksins. Þegar spjarirnar eru aftur komnar á og fólkið fer út í lífið, óhreinkast allt aftur og vinnan er til einskis. Fólk þarf að átta sig á hvað stíflar flæðið og hvernig það getur breytt hugsunum sínum og viðhorfum til að nýjar orkustíflur myndist ekki eftir að búið er að heila þær gömlu í burtu.

Orkulíkaminn er ljósútgáfan af okkur, þar sem lífsorkan, tilfinningar, hugsanir, minningar og viðhorf búa. Hann er stærri en efnislíkaminn og geislar frá okkur í fallegum, tærum litum. En í orkunni eru líka orkuhnoðrar á gráskalanum sem tákna sársauka og erfiðar tilfinningar sem við geymum og dempa ljósið okkar.

Tendraðu ljósið innra með þér fjallar um það hvernig við finnum orsakir gráu orkunnar og heilum hana í burtu til að leyfa ljósinu okkar að skína sem skærast og lýsa öðrum sálum í myrkri tilverunnar, eins og sólin á himnum eða tunglið á dimmum nóttum.

Í orkulíkamanum eru ákveðnar orkubrautir sem liggja svipað og æðakerfið, svo og orkustöðvarnar, kallaðar chakras á ensku.

Við þekkjum stærstu orkustöðvarnar sjö: Rótarstöð, hvatastöð, sólarplexus, hjartastöð, hálsstöð, ennisstöð og höfuðstöð eða krúnustöð, en í raun er líkaminn alsettur litlum orkustöðvum.

Flestum stóru orkustöðvunum fylgja tvær aðrar minni sitt hvoru megin, kannski örlítið ofar eða neðar, um það bil miðja vegu milli miðju orkustöðvarinnar og hliðanna á þér. Þessar minni stöðvar starfa með þeim stærri og geyma hluta tilfinninganna. Ef þær eru opnar finnurðu stundum kitl á þessum stöðum eða jafnvel stingi þegar eitthvað í nútímanum, hugsun eða minning, ýtir á gamla orku á svæðinu.

Á hnjánum eru orkustöðvar sem tengjast rótarstöðinni, sem og á iljum og fótum. Stöðvarnar sem fylgja hvatastöð eru til hliðar á móts við hana og þær sem fylgja sólarplexus eru þar sem rifbeinin enda. Ofan á öxlunum eru tvær litlar orkustöðvar og efri hjartastöðvarnar þar rétt fyrir neðan. Á andlitinu eru nokkrar litlar orkustöðvar sem tengjast ennisstöðinni, meðal annars á augum, nefi og eyrum og eftir því sem ennisstöðin stækkar sameinast þær henni. Aukastöðvar höfuðstöðvarinnar eru á sitt hvorri hlið höfuðsins fyrir ofan eyrun, því höfuðstöðin stækkar niður á við svo hún verður eins og hjálmur.

Það er ágætt að hafa þetta í huga ef þú færð snögga stingi eða fiðring á þessum stöðum, að þá er þetta ekkert hræðilegt, heldur eingöngu gömul orka að láta vita af sér svo þú getir hreinsað hana í burtu.

Svona skynja ég orkustöðvarnar á eigin orkulíkama. Þessi bók er byggð á eigin reynslu af orkustöðvunum og tilfinningum þeim tengdum og hvernig ég heila þær. Þú finnur svo hvort þetta sé rétt fyrir þig.

Bókin er hugsuð sem leið til sjálfsheilunar. Þar sem lesandinn les um hverja orkustöð kviknar á eigin viðhorfum, minningum, tilfinningum og hugsunum. Best er að nota bókina samhliða heilun, hvort sem er í hópi eða einstaklingstímum. Hægt er að grípa til bókarinnar fyrir hugleiðslu, opna einhvers staðar eða lesa um ákveðna stöð og hreinsa svo þá sömu stöð á eftir í hugleiðslunni.

Því meira sem við heilum orkulíkamann í þessu lífi því betra. Efnislíkaminn deyr en orkulíkaminn fylgir okkur með gamla sársaukann frá öðrum lífum einhvers staðar djúpt falinn. Í þessu lífi lendum við í ýmsum atvikum og áföllum sem kveikja á tilfinningum tengdum þessum sársauka til að gefa okkur tækifæri til að hreinsa út, ekki bara þær tilfinningar sem verða til í þessu lífi, heldur líka samsvarandi tilfinningar úr öðrum lífum.

Ef þú ert að lesa þessa bók ertu líklega gömul sál sem vill gjarnan hreinsa sem mest af gömlu karma og tilfinningaflækjum sem þú hefur burðast með hingað til. Það er ótrúlegt hvað hægt er að heila mikið; þótt við heilum og heilum kemur alltaf eitthvað nýtt upp á yfirborðið í staðinn. Þetta er eins og að hreinsa plast úr hafinu, það er endalaust og af nógu að taka.

Hafðu þolinmæði með sjálfum þér. Í raun er bara fallegt hvað þú geymir mörg sár í orkulíkamanum. Það þýðir að þú ert mjög gömul sál og getur verið stolt af öllu því sem þú hefur reynt í mörgum og misjöfnum lífum þínum. Elskaðu sjálfa(n) þig, sýndu þér blíðu og kærleik og leyfðu hlutunum að gerast af sjálfu sér.

Minningar og tilfinningar munu koma upp þegar þú ert tilbúin(n) og þá er þitt að heila þær.

Eins ráðlegg ég þér að reyna ekki að opna neina stöð eða stækka. Einblíndu á að heila þær og þær munu stækka og opnast þegar þú ert tilbúin(n). Allt gerist á guðlegum tíma. Sérstaklega á þetta við um ennisstöðina og höfuðstöðina. Það er allt í lagi þótt þú finnir ekkert fyrir þeim núna. Einblíndu á lægri stöðvarnar og þá koma hinar af sjálfu sér. Alveg eins og þegar við byggjum hús byrjum við á grunninum. Við byrjum á rótarstöðinni, svo fikrum við okkur smám saman upp.

12

Í hvert sinn áður en þú byrjar að lesa skaltu tengja þig og biðja um vernd. Ímyndaðu þér rætur vaxa neðan úr iljunum og sjáðu þær fyrir þér stingast ofan í jörðu, lengst, lengst inn að innsta kjarna jarðar. Þar, inni í miðju jarðar, er silfurhvítur kristall.

Nú vefurðu rótunum utan um þennan kristal og sérð fyrir þér hvernig orkan byrjar að streyma frá kristalnum í gegnum ræturnar upp í iljarnar. Leyfðu silfurhvítu jarðarorkunni að streyma upp í fætur, fótleggi, upp í búk og dreifast út um allan líkamann.

Því næst opnarðu fyrir ljósið að ofan, Guðlega ljósið og heilunarorkuna. Þú sérð það hellast yfir þig og vernda á meðan þú ert í þessari andlegu vinnu. Leyfðu ljósinu að seitla inn í höfuðstöðina og niður inni í líkamann og dreifast þar um allt.

Sjáðu fyrir þér hvernig silfurhvíta jarðarorkan samtvinnast heilunarorkunni.

Biddu um vernd, búðu til hjúp utan um þig og fylltu með ljósi.

Nú geturðu byrjað að lesa.

RÓTARSTÖÐ

Litur: Rauð

Staðsetning: Neðst á búknum á móts við lífbein og rófubein

Mótast af: Hvort grunnþörfum sé mætt, s.s. fæða,
hreyfing, öryggi, snerting

Kirtill: Nýrnahettur

Líkamleg áhrif: Stoðkerfi og bein, hryggsúla og neðsti hluti
mænu, tennur, blóð og æðakerfi, nýru og
nýrnahettur, fætur, fótleggir og læri,
ónæmiskerfi, húð og endaþarmur

Stærsta verkefnið: Sleppa ótta við skort, treysta að allt fari vel og
að alheimurinn færi okkur allt sem við þurfum

Mantra: Ég á rétt á að vera til og sinna þörfum mínum

RÓTARSTÖÐIN

ÖYGGISKERFIÐ

Fyrsta orkustöðin sem þroskast hjá okkur er rótarstöðin. Hún er staðsett allra neðst á búknum, á móts við lífbein og rófubein. Hún byrjar að mótast strax í móðurkviði og því hafa þær aðstæður sem við fæðumst inn í mikil áhrif á hana. Vorum við velkomin í fjölskylduna eða vorum við óhentug viðbót við erfiðar aðstæður? Var grunnþörfum okkar mætt á fyrstu árunum? Fundum við ást og viðurkenningu eða vorum við afskipt? Fundum við traust í faðmi einnar manneskju eða komu margir óskyldir aðilar að umönnun okkar í frumbernsku?

Hér er alls ekki tilgangurinn að áfellast foreldra eða nánustu fjölskyldu, heldur einungis að skilja hvað gæti hafa haft áhrif á rótarstöðina til að hægt sé að heila hana. Við veljum okkur sjálf aðstæður til að fæðast í og því getum við ekki varpað skuldinni á aðra. Þessar aðstæður völdum við einmitt til að gefa okkur nægileg verkefni út lífið til að læra og þroskast.

Eins og áður segir komum við yfirleitt með einhverjar tilfinningar og verkefni úr fyrri lífum, svo stíflur í orkustöðvunum tengjast mjög líklega fyrri lífum og eru endurvaktar í þessu lífi til að gefa okkur tækifæri til að hreinsa út.

17

Það má líkja rótarstöðinni við nokkurs konar öryggiskerfi. Ef við upplifðum öryggi á öllum grunnsviðum í æsku virkar kerfið eins og það á að virka. Á hinn bóginn skapar hvers kyns óöyggi óþarfa orkuhnoðra og ef ástandið varir í lengri tíma myndast stíflur. Við getum eytt þessum hnoðrum með því að finna ástæðurnar og vinna með þær. Þess vegna verður hér fjallað um ýmislegt sem getur stíflað rótarstöðina og þitt er að finna hvað á við í þínu tilfelli.

Líkamleg einkenni

Rótarstöðin er grunnurinn að tilvist okkar og hefur áhrif á stóran hluta líkamans, enda heyra hér undir stærstu kerfin, þ.e. stoðkerfið, æðakerfið og ónæmiskerfið. Ef þú finnur verki eða veikleika á þessum stöðum er það vísbending um að eitthvað þurfi að skoða betur í rótarstöðinni.

Þegar grunnþörfum er ekki mætt hefur það bein áhrif á rótarstöðina og myndar stíflur. Sé grunnþörfunum ekki mætti í lengri tíma, stækka stíflurnar og fara smám saman að hafa áhrif á efnislíkamann.

Til dæmis er algengt að fá flensu þegar við erum útkeyrð og of háan blóðþrýsting má rekja beint til þess að grunnþörfum sé ekki mætt. Því er miklu betra að taka flensu sem merki um að hvílast og lækka blóðþrýstinginn með því að auka hreyfingu, bæta mataræðið og heila rótarstöðina heldur en að taka blóðþynningarlyf ævilangt með þeim óþægilegu aukaverkunum sem lyfjunum fylgja. Heila meinið í stað þess að deyfa afleiðingarnar. Æðakölkun, þrengingar í æðum, æðahnúta, blóðtappa og flesta kvilla í æðakerfi má einnig rekja til ójafnvægis í rótarstöð.

Gamlar stíflur sem við komum með úr öðrum lífum geta haft mikil áhrif á ónæmiskerfði, með ýmis konar fæðuóþoli og jafnvel sjálfsofnæmi, sem og húðsjúkdómum hvar sem er á líkamanum. Exem, psoriasis, sólarexem og útbrot eru nokkur dæmi. Oft má rekja útbrot eða exem til fæðuóþols og hægt að vinna bug á því með því að hætta að borða tiltekna fæðu. Ef jafnframt er unnið með gömlu orkuna, getur verið að manneskjan yfirvinni óþolið gagnvart þessari tilteknu fæðu.

Ef rótarstöð er stífluð fyrir hefur það meiri áhrif þegar grunnþörfum er ekki mætt. Mikil kyrrseta og mikill neysla á hvítum sykri og hveiti eða óheilbrigt mataræði almennt getur orsakað gyllinæð, bólgur í endaþarmi, fæðuóþol, svo sem glútenóþol. Hægt er að halda einkennum niðri með því að minnka neyslu á hvítum sykri og hvítu hveiti, en best er að vinna líka með orkustöðina sjálfa.

Hafa skal í huga að matur á okkar tímum er í mörgum tilfellum kominn svo langt frá náttúrulegu formi að margir viðkvæmir einstaklingar eiga erfitt með að melta

18

hann. Ýmsu er bætt út í, eins og skordýraeitri, sýklalyfjum, rotvarnarefnum, hertri fitu, gervilyktarefnum og alls kyns efnum til að lengja endingartímann. Það væri því betra að tileinka sér heilbrigðara fæði og elda matinn sjálfur beint úr hráefninu eins náttúrulegu og hægt er, í stað þess að kaupa tilbúið fæði.

Erfiðleikar við hægðalosun benda til þess að við eigum erfitt með að sleppa, hvort sem er peningum eða úrgangi, af ótta við skort. Ótti við skort birtist í söfnunaráráttu einhvers konar, þ.e. við eigum erfitt með að losa okkur við það sem við notum ekki lengur, s.s. föt, húsgögn, skrúfur og alls kyns sem við finnum, hvort sem við sjáum fram á að nota það í nánustu framtíð eður ei. Við höldum að kannski þurfum við einhvern tímann á þessu að halda og það væri hrikalegt að hafa hent þessu og þurfa að kaupa nýtt, eða skorta.

Verk í lærum og fótleggjum má tengja við rótarstöðina og oft aðstæður í fyrri lífum, sem og lærtaugagigt, settaugagigt, grindargliðnun og fótaóeirð. Óöryggi og ótti í aðstæðum getur valdið miklum verkjum niður í fótleggi. Ef verkurinn er mestur á einum stað og leiðir upp og niður veistu að stíflan er þar.

Einu sinni bjó ég á heimili í einn og hálfan mánuð þar sem faðirinn stjórnaði með ægivaldi. Á heimilinu voru einungis hann, drengirnir hans tveir og ég og hlutverk mitt var að hjálpa til á heimilinu, skutla strákunum í íþróttir eða skóla, elda stundum og hjálpa manninum á skrifstofunni. Maðurinn hafði sjálfur átt erfiða barnæsku þar sem hann var barinn á hverjum degi af föður sínum og hann var mjög meðvitaður að gefa eigin drengjum betra líf. En hann var svo yfirþyrmandi stjórnsamur, leitaði alltaf að sökudólgi ef eitthvað fór úrskeiðis og skammaðist ef einhvert okkar gerði eitthvað öðruvísi en hann vildi að það yrði gert, svo enginn þorði að gera neitt nema hann segði.

Helst vildi ég fara úr vistinni en hafði lofað að sjá um strákana á meðan hann fór úr landi í tvær vikur og ég vildi standa við það. Stundum var hann skemmtilegur, eins og við matarborðið þegar hann lék á alls oddi og sagði brandara. Við tókum að sjálfsögðu þátt í gríninu og hlógum að bröndurunum hans, því enginn vildi fá hann upp á móti sér.

Ég fór smám að finna fyrir miklum verkjum í mjöðmum og þegar ég var úti að ganga fékk ég stundum svo mikinn verk framan á vinstra lærið að ég gat ekki gengið. Það varð sársaukafullt að taka stór skref og á endanum gekk ég hölt, því verkurinn var næstum stanslaus.

Ég hlakkaði til að vera ein með strákunum og verkurinn skánaði mikið á meðan faðirinn var í burtu, sem hjálpaði mér að tengja verkinn við hann.

Vikuna áður en hann fór til útlanda náði stjórnsemin hámarki þar sem hann var stressaður fyrir ferðina. Það átti að heita að ég væri að hjálpa honum á skrifstofunni, en í raun var ég bara þögull áheyrandi því hann virtist ekki getað hugsað sjálfstætt heldur þurfti bara að hafa áheyranda að hugsunum sínum. Ég mátti alls ekki segja orð eða gera neitt sjálfstætt, því þá truflaði ég hugsanakeðjuna hans. Einn daginn varð hann æstur þegar ég ætlaði að fara með eitthvað í geymsluna og þann næsta var hann ógnandi því ég fór ekki með eitthvað beint í geymsluna. Það var ómögulegt að vita hvað hann vildi. Ég mátti ekki trufla hann, en þegar ég svo hellti köldu kaffi í vaskinn varð hann æfur, því þá átti ég að spyrja hann fyrst.

Þegar ég var hætt að hlæja bröndurunum hans spurði hann mig hvort væri ekki allt í lagi. Loksins þorði ég að viðurkenna að reyndar væri ekki allt í lagi og sagði að mér mislíkaði svona hræðslustjórnun. Hann var hissa að heyra að ég væri að tala um hann sjálfan og hafði engan veginn gert sér grein fyrir þessu. Eftir þetta passaði hann sig mikið á að vera kurteis og vingjarnlegur þar til hann fór til útlanda.

Áður en hann var væntanlegur aftur fann ég til mikils ótta og óöryggis. Ég þreif húsið eins vel og ég gat, með stanslausan ótta við að eitthvað væri ekki nógu gott fyrir hann. Þegar buxurnar hans lentu í þurrkaranum með öðrum þvotti fór ég næstum yfirum, því ég mundi ekki hvort hann vildi það eða ekki.

Þessi ótti minn var algjörlega á skjön við hvað ég var orðin sterk á þessu tímabili og því leitaði ég skýringa. Kom í ljós að við höfðum átt fyrra líf saman þar sem hann beitti mig andlegu og líkamlegu ofbeldi. Samskiptin núna kveiktu á gömlu tilfinningunum og orkunni sem þeim tengdust í lærum og mjöðmum, ótta, óöryggi og að vera lítillækkuð og misþyrmt.

Eftir að ég var farin úr vistinni hélt verkurinn áfram að koma nokkrum sinnum á dag. Ég var yfirleitt á gangi og fékk svo mikinn verk í lærið sem leiddi upp og niður að ég þurfti að stoppa og bíða þar til verkurinn leið hjá. Það var ekkert að fætinum á mér, eingöngu þessi orka sem kom og fór. Ég hafði því samband við öflugan heilara á Íslandi sem hjálpaði mér að losa um strenginn sem maðurinn hafði sett í mig með óttastjórnun sinni og hreinsa orkuna í burtu. Sama dag hvarf verkurinn að mestu.

Einu sinni heimsótti ég Efesus í Tyrklandi með manni sem ég var í sambandi við og sama kvöld byrjaði hrikalegur verkur í hnénu. Ég hafði ekki misstigið mig eða neitt í rústunum svo ég vissi að þetta væri gömul orka úr lífi í Efesus. Verkurinn stigmagnaðist og daginn eftir var ég að deyja úr kvölum. Maðurinn þurfti að fara til baka heim til sín og ég bókaði mig inn á farfuglaheimili í nokkra daga, því ég gat ekki stigið í fótinn eða ferðast með svona hræðilegan verk.

Gestgjafinn fann til með mér og nuddaði hnéð með sérstökum lækningaolíum. Alveg er ég viss um að hann hafi verið heilari í öðru lífi og kannski höfum við þekkst í þessu gamla lífi í Efesus. Verkurinn rénaði svo eftir því sem ég heilaði þetta gamla líf. En þegar slitnaði upp úr sambandinu með manninum síðar kom verkurinn aftur á nákvæmlega sama stað og þar sem ég sleit allar tengingar við hann, hvarf verkurinn.

Allir verkir hafa því orkulegar orsakir. Við getum linað verki, útbrot og bólgur með því að heila rótarstöðina. Verkur í bakinu, of hár blóðþrýstingur, grindargliðnun eða exem er einungis birtingarmynd af vandamálinu. Orsakirnar eru óuppgerðar tilfinningar og hamlandi viðhorf sem dvelja í rótarstöðinni. Eftir því sem við verðum næmari og hlustum meira á líkamann getur við fundið verkinn á meðan hann er enn í orkulíkamanum. Ef við heilum hann þar, þarf hann ekki að fara út í efnislíkamann þar sem er erfiðara að eiga við hann.

Grunnþarfir

Grunnþarfir ungbarna eru einfaldar: Fæða, öryggi, hvíld, snerting og djúp tenging við fullorðna manneskju. Ef þessum þörfum er mætt án þess að barnið þurfi að gráta lengi þroskast rótarstöðin eðlilega. Ef ungbarn grætur oft og lengi af svengd eða annarri vanlíðan án þess að þörfum þess sé fullnægt skynjar barnið að það sjálft sé ekki mikilvægt og ekki forgangsatriði að mæta þörfum þess. Rótarstöðin þroskast ekki eðlilega og barnið getur orðið framtakslaus og bjargarlaus einstaklingur.

Grunnþarfir fullorðinna eru álíka: Næringarríkur matur og vökvi, líkamlegt og fjárhagslegt öryggi, snerting, nánd, hvíld og hreyfing. Þarfirnar eru ekki neinni sérstakri röð og allar jafn mikilvægar. Ef við hunsum einhverja þörf skerðir það virkni rótarstöðvarinnar, þótt öllum öðrum þörfum hafi verið mætt.

Hafi grunnþörfunum verið mætt í æsku finnst okkur eðlilegt að uppfylla þær á fullorðinsárum. Ef þörfunum var hins vegar ekki sinnt, eru líkur á að við álítum þarfir annarra mikilvægari en okkar. Þetta viðhorf er viðverandi þar til við vinnum úr því.

Fæða og næring

Líkaminn er hannaður til að endast út ævina en ef við misbjóðum honum með ofþyngd, hreyfingarleysi, lélegu mataræði, óhóflegri drykkju eða reykingum, gefur hann sig smám saman. Það er hægt að snúa þróuninni við með bættu mataræði og aukinni hreyfingu og því fyrr því betra.

Því næringarríkari mat sem við borðum því minna af honum þörfnumst við. Þegar líkaminn fær ekki þau næringarefni sem hann þarf, er hann alltaf að kalla á meiri mat. Offita stafar af því að við borðum of mikið af óhollum mat, svo líkaminn fær ekki nóg af vítamínum og er þess vegna alltaf svangur.

Offita getur líka stafað af því að við bælum tilfinningarnar með mat, oft sælgæti eða sykruðum mat. Í stað þess að viðurkenna vonbrigði er fyrsta hugsunin að fá sér súkkulaði til að láta sér líða betur. Sykur gerir líkamann súran svo við höfum sífellda þörf fyrir að borða eitthvað sætt, sem gerir líkamann bara enn súrari. Það eina sem getur lagað sýrustigið er grænmeti og basísk fæða.

Eftir því sem við verðum þyngri, nennum við ekki að hreyfa okkur því það er of mikið átak. En það eykur álagið á stoðkerfi líkamans að vera of þungur. Hné og mjaðmir sem þurfa að bera auka þyngd endast skemur því þau voru hönnuð miðað við kjörþyngd. Í stað þess að hugsa að það sé ekkert mál að skipta um hné eða mjaðmakúlur, er miklu betra að grennast og létta álagið, því það er meiriháttar aðgerð að láta skipta um hné eða mjaðmir og raskar orkukerfinu. Á sama hátt er æðakerfið hannað miðað við kjörþyngd. Fólk getur því lagað of háan blóðþrýsting með því að grennast og huga betur að grunnþörfunum.

Næringaríkur matur er ekki pizzur og gos, sælgæti og kökur, rjómasúkkulaði og kaffi. Þetta eru unaðsemdir hvatastöðvarinnar sem við getum leyft okkur í takmörkuðu magni þegar við höfum innbyrt nægilega mikið af mat sem inniheldur næringu. Marghitaður matur er afar næringarsnauður. Því meira sem við matreiðum sjálf því betra og því minna sem matur er eldaður því betra. Matur ræktaður með eitri er líka eitraður fyrir okkur. Mikil sykurneysla eykur sveppamyndun í meltingarveginum og það er ekkert betra að skipta út einu sætuefni fyrir annað.

Hér áður bjó fólk við mikinn matarskort og margt eldra fólk er enn mjög upptekið af því að eiga alltaf eitthvað að borða handa gestum. Það hugsar mjög mikið um mat, fer í stórar innkaupaferðir og á alltaf miklar birgðir af mat. Ótti við að eiga ekki mat stjórnar lífi þess að miklu leyti. Í mörgum tilfellum borðar það of mikið sjálft og er þar af leiðandi of þungt.

Sumir réttlæta óhollustuna með því að þeir fengu aldrei slíkt í æsku, þar sem fjölskyldan var svo fátæk. Þeim finnst þeir mega bæta sér upp skortinn í æsku, en í raun eru þeir að viðhalda óttanum og sársaukanum með því að rifja sífellt upp skortinn í uppvextinum.

Ef fólk glímir við sjúkdóma og vill lækna sig af þeim, er ráð að breyta mataræðinu í stað þess að bæla niður einkennin með lyfjum, sem flest hafa einhverjar óþægilegar aukaverkanir.

Marga sjúkdóma í meltingarvegi er hægt að lækna með breyttu mataræði og heilun. Eins hef ég heyrt frá fyrstu hendi frásagnir af því að fólk hafi læknað ýmsa langvinna sjúkdóma með breyttu mataræði. Þetta voru jafnvel sjúkdómar sem eru álitnir ólæknandi eins og til dæmis MS, sykursýki og gigt.

Þegar fólk tekur mataræði sitt í gegn verður ákveðin viðhorfsbreyting. Því finnst það nú þess virði að sinna sjálfu sér. Það breytir jafnvel um lífstíl, fer meira út að ganga eða stundar einhverja hreyfingu, sefur meira og sinnir grunnþörfunum af meiri alúð en áður. Bara þessi lífstíls- og viðhorfsbreyting hefur mikil áhrif á rótarstöðina og allt orkukerfi líkamans. Í stað þess að viðhorfið sé að við séum einskis virði og líkaminn ónýtur hvort sem er, breytist viðhorfið í að hugsa betur um líkamann þannig að hann verði starfhæfur. Líkaminn fær þau skilaboð að hann eigi að vera starfhæfur og fer sjálfur að heila sig. Þannig getur bætt mataræði læknað marga sjúkdóma.

Hvíld og hreyfing

Langvarandi ójafnvægi þar sem við setjum hagsmuni vinnunnar og/eða áhugamálin fram yfir eigin þarfir truflar virkni rótarstöðvarinnar. Okkur hættir til að pína okkur áfram, vaka þegar við erum þreytt, kæfa þreytu og svengdartilfinningu með kaffi og sitja lengi á sama stað til að klára eitthvað verkefni sem við álítum mikilvægara en okkur sjálf. Afleiðingin er að við fáum flensu.

Inflúensa er ekki eitthvað sem óhjákvæmilega ríður yfir okkur tvisvar á ári eins og haustlægðir og vorhret, heldur veikist ónæmiskerfið þegar við erum undir álagi og fáum ekki næga hvíld og þess vegna fáum við flensu.

Þó svo að við séum að sinna áhugamálum verðum við að hafa grunnþarfir okkar í huga. Margir þekkja það að hafa lagt hart að sér að æfa fyrir kórtónleika eða leiksýningu og verða svo veikir um leið og sýningum lýkur. Líkaminn er þá að kalla eftir hvíld og ef við sinnum kalli líkamans erum við fljót að jafna okkur.

Hvíld er nauðsynleg, hvort sem hún er sjö eða átta tíma svefn á sólarhring eða meira. Hreyfing er líka nauðsynleg fyrir líkamann til að hann verði ekki stirður. Ef ég er þreytt, endurnærist ég miklu frekar með því að ganga úti í náttúrunni heldur en að leggja mig. Það er sagt að hálftíma ganga tvisvar á dag nuddi líffærin og meltingarfærin svo þau starfi betur. Jafnframt er nauðsynlegt að gera daglegar jóga- eða teygjuæfingar til að viðhalda sveigjanleika líkamans.

Ef þú hefur ekki tíma og orku fyrir líkamann núna er ekki víst að líkaminn hafi tíma og orku fyrir þig í ellinni.

Öryggi

Öryggi felst í því að þú getir verið heima hjá þér eða farið þínar leiðir án þess að eiga á hættu að einhver ræni þig eða reyni að drepa þig. Að þú þurfir ekki að óttast að brotist verði inn á heimili þitt eða einhver varpi sprengju þar sem þú ert. Að þú þurfir ekki að sæta andlegu eða líkamlegu ofbeldi, kúgun eða ógnarstjórnun á heimili eða í vinnu. Að heimili og vinnustaður séu hlý og örugg og að þú eigir hlý föt til að skýla þér fyrir kulda.

Stór áföll á fullorðinsárum fara beint í rótarstöðina og geta valdið stíflum. Eins og til dæmis að missa vinnuna og þar með hinn trausta fjárhagslega grundvöll fyrir lífinu; eða veikjast eða lenda í slysi svo þú getir ekki séð fyrir sjálfum þér og fjölskyldunni; eða hvaða ástand þar sem fólk er ekki öruggt um líf sitt, náttúruhamfarir, innbrot, eldsvoði, stríð, árás eða hvað sem ógnar öryggi fólks.

Það hefur áhrif á alla íbúa bæjarfélags þegar snjóflóð fellur á bæ og nágrannar eða nákomnir látast eða slasast, eins og gerðist t.d. á Súðavík og Flateyri hér um árið. Sama með að upplifa jarðskjálfta sem eyðileggur heimili eða hús þar sem fólk er statt. Við treystum því að við séum örugg innandyra og þegar það öryggi bregst finnum við til ótta og öryggisleysis.

Allt sem kippir undan okkur stoðunum eins og hvers kyns slys eða áföll hefur áhrif á rótarstöðina. Eitt alvarlegt slys eða mörg minniháttar geta skapað stíflur og því er nauðsynlegt að heila líka rótarstöðina eftir slys til að flýta fyrir bata.

Öryggi á heimili felst í því að þú getir verið þú sjálf(ur) og þér sé ekki álasað fyrir að sinna áhugamálum eða hugðarefnum. Ef barn var sífellt skammað fyrir að leika sér eða alltaf sent út til að vera ekki fyrir hinum fullorðnu, gefur það barninu skilaðboð um að það sé óæskilegt. Hvers kyns ofbeldi og kúgun á heimili, hvort sem er í æsku eða á fullorðinsárum, veldur miklu óöryggi og ójafnvægi í rótarstöð. Kynferðislegt ofbeldi setur lífið á annan endann. Þar sem áður var öryggi er nú óöryggi.

Öryggi á vinnustað felst í því að þú sért ekki niðurlægður fyrir framan aðra eða gagnrýndur á niðurlægjandi máta, fáir verkefni við hæfi, að störf þín séu metin, að ekki vofi yfir sífelld ógn að verða rekinn eða að fyrirtækið sé að fara á hausinn og að sjálfsögðu að vinnuumhverfið sjálft sé öruggt.

Þegar ég bjó í London fyrir mörgum árum vann ég í stórversluninni Harrods. Á hverjum degi gekk eigandinn í fylgd fimm lífvarða um alla verslunina til að ganga í skugga um að allt gengi smurt fyrir sig. Gekk sú saga að hann ræki fólk á staðnum ef það væri ekki að vinna og meira segja hafði hann „rekið einn í matardeildinni fyrir að hafa ekki verið með nafnspjaldið í barminum". Í hvert sinn sem heyrðist margfalt fótatak nálgast fann ég óttann og taugatitringinn magnast hjá mér og þurfti að finna eitthvað í snatri til að líta út eins og ég væri upptekin, jafnvel bara jafna bilið milli herðatrjáa. Það er afskaplega óþægilegt að vinna við þessar aðstæður og eftir ár ákvað ég frekar að segja upp, í stað þess að bíða eftir að verða rekin.

Fjárhagslegt öryggi felst í því að geta borgað húsaleigu eða afborganir af lánum og reikninga þannig að heimilið sé öruggt og nægilegt fjármagn eftir til að mæta öðrum þörfum og helst eiga afgang.

Í samfélagi okkar er rótgróinn ótti við fjárskort. Við erum dauðhrædd um að verða blönk og þar með ósjálfbjarga, svo við þurfum að flytja inn á aðra, eða búa á götunni og betla fyrir mat, ganga í fötum sem okkur eru gefin af hjálparstofnunum. Þetta er náttúrlega andstætt einstaklingshyggju nútímasamfélags þar sem allir vilja vera sjálfstæðir og ríkir. Nú er ég búin að vera á flakki í tvö og hálft ár, hef búið inni á öðru fólki mestallan þennan tíma, gengið í sömu fötunum sem komust fyrir í einum bakpoka þar til þau duttu í sundur, oft haft lítinn pening, sofið á gólfi og ég er enn lifandi. Ef við trúum því að allt fari vel, mun fara svo.

Gnægð fjármagns er meira að segja afstæð. Moldríkt fólk getur líka þjáðst af öryggisleysi í fjármálum ef það ólst upp við fátækt og finnst það alltaf þurfa meiri pening. Hvers kyns óöryggi skapar stíflur í rótarstöðinni sem halda áfram að angra okkur þó svo aðstæðurnar lagist, þar til við vinnum úr því.

Snerting, nánd og kærleikur

Það er augljóst að við munum deyja án matar og drykkjar í langan tíma. Hitt er ekki jafn augljóst að snerting, nánd og kærleikur eru jafn lífsnauðsynleg.

Munaðarlaus ungbörn sem fá mat, föt og húsaskjól en enga snertingu og kærleika veslast upp, verða dofin og úrræðalaus og mörg þeirra deyja strax í æsku vegna lélegs ónæmiskerfis.

Það er misjafnt eftir samfélögum og fjölskyldum hversu mikil snerting tíðkast. Við Íslendingar snertumst mjög lítið hér áður og kannski var það vegna tíðra faraldra sem við tömdum okkur ákveðna fjarlægð frá öðru fólki. En snerting er nærandi og jafn nauðsynleg og matur. Snerting er heilun og þannig heilum við hvert annað.

Það er nauðsynlegt fyrir pör að snertast á öðrum tímum en bara fyrir kynlíf. Snerting er merki um væntumþykju og kynlíf án væntumþykju er innantómt og skemmandi. Ef samband eða hjónaband stendur tæpt er snerting oft það fyrsta sem hopar.

25

Framhjáhald maka er gífurlegt áfall sem gætir í mörgum orkustöðvum. Í rótarstöðinni birtist það sem öryggisleysi og höfnun. Ef rótarstöðin er veik fyrir getur það tekið viðkomandi langan tíma að fyrirgefa og heila sársaukann. Þolandinn upplifir sig jafnvel óhreinan eins og eftir nauðgun.

Ef foreldrar okkar voru tilfinningalega lokaðir og sparir á nándina hefur það áhrif á okkur, svo við getum orðið þurfandi fyrir nánd annarra og snertingu og það gerir okkur ósjálfstæð. Við þráum svo mikið ást og umhyggju að við erum tilbúin að sætta okkur við ýmislegt til að það megi rætast. Samt er það sjaldnast svo að við förum í samband með fólki sem veitir okkur þá nánd sem við þörfnumst, heldur frekar með fólki sem er tilfinningalega fjarlægt. Okkur finnst það vera hið rétta, því það minnir okkur á æskuna og því fylgir ákveðin öryggistilfinning.

Makinn fékk þá heldur ekki næga ástúð og snertingu í æsku og óttast sjálfur nánd. Hann á jafn erfitt með að tjá tilfinningar og er hræddur við höfnun eins og við.

Markmiðið er síðan að reyna að breyta makanum í kelinn náunga, til að sanna fyrir okkur að foreldrarnir hafi ekki verið svo slæmir. Við elskum jú foreldra okkar og viljum að þau hafi verið fullkomin. En þar sem við getum ekki breytt öðrum endar þetta oft með skilnaði. Við þurfum að takast á við eigin þarfir fyrst og ekki ætlast til að aðrir mæti þeim.

Þegar einni grunnþörf eins og til dæmis ástúð er ekki mætt, er tilhneiging okkar til að ofgera annarri grunnþörf til að bæta upp fyrir það. Þess vegna sækjum við í mat eða fjárhagslegt öryggi til að bæta upp fyrir skort á tilfinningasviðinu.

Aðstæður á meðgöngu

Rótarstöðin byrjar að þroskast í móðurkviði eins og áður sagði. Ef barn er velkomið í heiminn, meðgangan gengur vel og allt er gott, þroskast rótarstöðin eðlilega. En sé móðirin sífellt óttaslegin eða í uppnámi á meðgöngu, til dæmis sökum erfiðra aðstæðna, hræðslu um að missa fóstrið, hræðslu um að eitthvað sé að barninu, ótta um eigið öryggi eða eitthvað álíka hefur það áhrif á rótarstöð barnsins. Eins og alltaf erum við ekki að kenna neinum um, heldur einungis að reyna að skilja og finna orsakir.

Sumir einstaklingar eru hreinlega uppfullir af ótta. Hvert lítið atvik sem er öðruvísi er áætlað var getur komið þeim í uppnám. Ef þeir eða einhver gleymir að kaupa eitthvað sem vantar er eins og heimurinn sé að farast. Þeir hugsa um allt sem getur farið úrskeiðis og reyna að hafa allt fullkomið til að ekkert hræðilegt komi fyrir og þegar eitthvað fer úrskeiðis reyna þeir að finna sökudólga til að varpa ábyrgðinni af sér.

Lífið verður aldrei fullkomið og við getum aldrei tryggt að allt gangi að okkar óskum. Það er engum að kenna þótt hlutirnir æxlist ekki eins og við ætluðum. Því meira sem við óttumst frávik og hið óvænta, því erfiðara verður lífið. Þegar við vörpum frá okkur óttanum og tökum lífinu eins og það kemur verður allt svo miklu auðveldara.

Óttaslegin verðandi móðir er berskjaldaðri fyrir áfallasögum, óttinn magnast upp og hún fer að ímynda sér hið versta. Þetta hefur að sjálfsögðu áhrif á barnið. Læknavísindin eru góð og gild en oft virðast þau einblína á það sem getur farið úrskeiðis í stað þess að hlúa að verðandi mæðrum. Heilbrigðisstarfsfólk er sumt sjálft fast í ótta og hræðslu við að mistakast, enda mannslíf í húfi. Við bætist að því miður virðast margir einblína á mistök læknisins eða sjúkrahússins í stað þess að leita ástæðna í eigin ótta og væntinga.

Þegar ég gekk með mitt fyrsta barn löngu áður en ég fór að spá í þessa hluti var ég full af ótta og því magnaðist upp allt mótlæti. Fyrsta áfallið var að þar sem ég hafði farið í keiluskurð um tvítugt voru líkur á, samkvæmt lækninum, að leghálsinn myndi gefa sig og barnið fæðast langt fyrir tímann. Því var ég svæfð og leghálsinn saumaður upp og sauminn átti síðan að fjarlægja á 36. viku. Síðan var mér ráðlagt að liggja mikið.

Alla meðgönguna hafði ég ægilegar áhyggjur af því að leghálsinn myndi rifna þar sem saumurinn var og barnið pompa niður. Ég þorði varla hósta eða rembast og í hvert sinn sem ég fór klósettið kom óttinn við að barnið dytti niður í klósettskálina.

Næsta áfall var þegar annar læknir mældi barnið í 19 vikna sónar og sagði að það væri alltof lítið. Ég fékk náttúrulega áfall og byrjaði að ímynda mér allt það versta. Ég var send í aðra mælingu og mónitor. Eftir nokkra daga í ótta og vanlíðan og einhverjar fleiri mælingar, kom í ljós að læknirinn hafði bara verið heldur fljótfær. Barnið var alveg í fínni stærð. Þar sem ég er hávaxin var nóg pláss fyrir barnið inni í mér.

Þegar nálgaðist 38 vikurnar hafði ég stanslausar áhyggjur því að fæðingin færi af stað áður en næðist að fjarlægja sauminn. Ég sá fyrir mér hvernig allt rifnaði, leghálsinn, legið og allt saman og var þeirri stund fegnust þegar saumurinn var fjarlægður. Þótt saumurinn væri farinn gerðist ekkert og ég endaði meira segja á að ganga tvær vikur fram yfir. Svo saumurinn og allar áhyggjurnar honum tengdar reyndust óþarfi.

Þarna var ég að ganga með barn í fyrsta sinn og áhyggjufull vegna þess og læknarnir tveir í þessum tilfellum líka uppfullir af ótta yfir öllu sem gæti farið úrskeiðis, sem magnaði upp óttann í mér.

27

Í samfélagi eins og okkar þar sem ótti er ríkjandi erum við óþreytandi á að minna hvert annað á allt sem getur farið úrskeiðis. Það er eins og sumir þurfi endilega að segja verðandi mæðrum allar þær hryllingssögur um meðgöngu og fæðingu sem þeir hafa heyrt um ævina, af einskærum „velvilja".

Eins getur sársaukafull grindargliðnun sem og annars konar sársauki sem móðirin finnur til á meðgöngu, haft áhrif á rótarstöð barnsins. Sundum er verkur í mjöðm ekkert endilega grindargliðnun heldur ótti frá fyrri meðgöngum eða fyrri lífum sem situr fastur í mjöðmunum.

Þegar ég gekk með mitt seinna barn fékk ég gífurlega verki í mjaðmirnar sem ég úrskurðaði grindargliðnun, því mamma hafði líka fengið slíka, einnig á annarri meðgöngu. Ég fór aldrei í myndatöku til að skoða hvort grindin hefði gliðnað. Eftir á að hyggja var það líklega óttinn frá fyrri meðgöngu sem sat fastur í mjöðmunum og kannski eitthvað tengt meðgöngum úr öðrum lífum. Í tvö ár á eftir var ég að farast í mjöðmunum, gat ekki stundað leikfimi eða gengið neitt að ráði og var, 35 ára gömul, alvarlega að íhuga að fá mér staf til að ganga við. Nokkru síðar byrjaði ég í heilun og eftir árið áttaði ég mig á að verkirnir voru horfnir.

Rótarstöðin þroskast eins og skilyrðin eru. Stanslaus ótti á meðgöngu hefur áhrif á barnið og aðstæður þurfa alls ekki að vera hræðilegar með ofbeldi eða slíku til að móðirin sé full ótta. Ef móðirin er róleg og yfirveguð og einblínir meira á það sem vel fer heldur en illa eru meiri líkur á að rótarstöðin nái að þroskast eðlilega.

Enn og aftur er ítrekað að við erum ekki að ásaka okkur sjálf eða foreldra, heldur eingöngu að reyna að skilja. Sálir barnanna okkar völdu að fæðast hjá okkur, vitandi fullvel í hvers konar ástandi við yrðum. Sonur minn valdi mig sem móður, vitandi að ég yrði líklega full ótta, til að öðlast einhverja reynslu sem hann sóttist eftir, í því augnamiði að geta síðan unnið með það í þessu lífi.

Aðstæður í frumbernsku

Fyrstu ár barnsins skiptir öryggi mestu máli. Því meira öryggi sem barnið býr við, því heilbrigðari og sterkari verður rótarstöðin. Börn eru næm og skynja áhyggjur foreldra yfir afkomu og húsnæðismálum þótt þau hafi engar forsendur til að skilja þær. Þetta er bara einhver óskilgreindur ótti í rótarstöð.

Öll samskipti á heimilinu, leynd og ljós, hafa áhrif á rótarstöðina. Ósamkomulag foreldra, áhyggjur þeirra, veik systkini eða hvers kyns ofbeldi, allt hefur þetta áhrif. Eins ef móðir ferst af barnsförum eða annað foreldrið fer snemma úr lífi barnsins af einhverjum ástæðum.

Ef barn er í pössun fyrstu mánuðina hjá mörgum aðilum sem tengjast barninu ekki sterkum böndum, getur það átt erfitt með að finna rótfestu. Rótarstöðin verður veikbyggð og einstaklingurinn á erfitt með að finnast hann öruggur í hvaða aðstæðum sem er.

Sem betur fer er skilningur hjá samfélaginu um nauðsyn þess að barn sé hjá foreldrum fyrstu níu mánuði ársins, en þetta mætti alveg vera lengur. Rótarstöðin er að þroskast til þriggja ára aldurs og þess vegna er mikilvægt að barnið njóti öryggis á þessum árum. Barnið þarf ekki að vera stöðugt hjá foreldrum þessi fyrstu ár, en það er óþarfa álag að hafa barnið meirihluta vökutímans í pössun annars staðar, kannski hjá mörgum aðilum.

Hér áður fyrr var starfrækt vöggustofa á Íslandi þar sem ungabörn dvöldu ýmist daglangt, vikulangt, fyrstu tvö árin eða jafnvel alla ævi í tilfellum veikra barna sem var ekki hugað langt líf. Þetta var eina úrræðið sem var til boða á þessum tíma fyrir einstæðar mæður sem unnu úti eða voru í námi og börnin voru allt niður í nokkurra vikna gömul og upp í tveggja ára.

Börnin lágu í herbergjum og gluggar inn í hvert einasta herbergi svo hægt væri að fylgjast með þeim. Þau fengu alla nauðsynlega umönnun, hreinlætis gætt í tvívetna og aðbúnaður til fyrirmyndar samkvæmt hugmyndum þess tíma, en mæðurnar máttu aldrei heimsækja börnin, því það var talið koma þeim í svo mikið uppnám þegar mæðurnar fóru. Börnin fóru því á mis við hin nauðsynlegu tengsl við móður og náðu í raun ekki að mynda náin tengsl við neinn.

Kannski má segja að aðstæður barnanna hafi verið betri að mörgu leyti en ef vöggustofan hefði ekki verið til staðar og mæðurnar bjargarlausar. Hér áður fyrr til sveita voru börn reifuð og skilin eftir inni eða látin liggja í grasinu ef veður var gott á meðan fólkið sinnti heyskap.

Nú er ljóst að þetta hafði mikil sálræn áhrif á börnin. Þó svo starfsfólkið legði sig fram um að sinna öllum börnunum vantaði þessa sterku tengingu milli barns og umönnunaraðila. Eðlilega forðaðist starfsfólkið að tengjast börnunum djúpum tilfinningaböndum þar sem það vissi að börnin yrðu bara þarna tímabundið þó það myndaðust kannski einhver tengsl. Auk þess vann starfsfólkið á vöktum og því ekki sami aðili alltaf með barninu. Þetta er það sama og sjálfboðaliðar og starfsfólk hjálparsamtaka fá þjálfun í, að sýna börnunum áhuga en ekki tengjast þeim tilfinningaböndum. Börnin missa þannig af tækifærinu til að tengjast tilfinningaböndum sem gerir þeim erfitt á fullorðinsárum að tengjast nokkrum. Einstaklingurinn býst í raun alltaf við að fólk fari frá því.

Það sama gerist þegar börn eru send ung í fóstur til vandamanna eða annarra, eins og tíðkaðist hér áður fyrr ef of barnmargt var orðið á heimilinu. Ef annað foreldrið veiktist eða lést var heimilið leyst upp og börnin send út og suður. Stundum mynduðu fósturforeldrar sterk tengsl við börnin, en oftar voru þau afskipt og notuð eins og hver önnur vinnuhjú.

Ég fjalla um þetta hér til að hver og einn geti skoðað sína ævi og metið hvort hann eða hún hafi myndað tilfinningaleg tengsl við einhvern og þar með styrkt rótarstöðina. Það er líka gott að skoða ævi foreldra og hvort þau hafi jafnvel verið send í fóstur eða alist upp við tilfinningalegan skort, til að skoða ástæðu fyrir tengslaleysi eða öðrum uppeldisaðferðum sem gerðu lífið erfiðara.

Þó svo aðstæður hafi ekki verið kjörnar í frumbernsku getum við heilað þær tilfinningar sem við berum með okkur. Tilgangurinn með því að rifja upp aðstæður foreldra okkar er ekki að ásaka neinn eða finna afsökun fyrir einhverju ástandi, heldur er ætlunin að bæta okkur upp það sem við fórum á mis og heila það sem þarf til að gera okkur að sterkari einstaklingum. Því heilbrigðari rótarstöð, því andlega heilbrigðari einstaklingur.

Sjálfsmat

Rótarstöðin endurspeglar þannig grunninn að tilvist okkar. Sé einstaklingur sífellt óöruggur með stöðu sína, efast hann um eigin verðleika og getu. Hann leitast við að gera lítið úr sjálfum sér og afrekum sínum og á erfitt með að taka hóli. Honum finnst hann jafnvel ekki ekki verðskulda það sem gengur vel í lífinu.

Eitt sinn hitti ég mann sem þrátt fyrir að vera með fleiri en eina háskólagráðu og hafa ætíð staðið sig vel í skóla, efaðist um eigin getu og fannst hann hafa svindlað sér í gegn. Honum fannst hann hafa náð árangrinum á fölskum forsendum.

Ójafnvægi í rótarstöð er jafnframt ein af aðalorsökum kvíða og þunglyndis. Einstaklingar með veikbyggða rótarstöð eiga erfitt með að setja sjálfa sig í fyrsta sætið og uppfylla eigin þarfir og langanir. Þeim finnst þeir oft vera fyrir og eru með áhyggjur af því að vera til trafala. Þeir forðast að vera með vesen og þjást frekar en að láta vita að þeir þarfnist einhvers.

Þeir eru ekki endilega fórnarlömb sem vorkenna sér, heldur finnst þeir einfaldlega ekki eiga skilið að fá það sem þeir þurfa. Sumir detta að vísu í fórnarlambsgírinn og barma sér oft yfir að aðrir skuli ekki uppfylla þarfir þeirra. En það er ekki hlutverk annarra að uppfylla þarfir okkar, heldur einmitt lærdómur okkar að setja okkur sjálf í fyrsta sætið og uppfylla þarfirnar.

Að setja sjálfan sig í fyrsta sætið þýðir alls ekki að vera eigingjarn eða hrokafullur, eins og margir halda. Það þýðir að uppfylla eigin þarfir og hugsa vel um sig. Ef þú ert þyrst, bíðurðu ekki eftir að aðrir sjái að þú sért að skrælna, í þeirri von að þeir gefi þér vatnsglas. Þú færð þér vatn. Ef þú ert þreytt(ur) er það þitt hlutverk að hvíla þig. Þú átt ekki að halda áfram að hjálpa vini þínum að flytja þar til þú hnígur niður meðvitundarlaus eða ert farin(n) að bera húsgögnin í vitlausa átt, hálfrænulaus, svo vinur þinn rekur þig heim.

Þegar þú hugsar vel um sjálfa(n) þig ertu miklu betur í stakk búin til að hjálpa öðrum. Ef þú fyllist gremju þegar þú hjálpar öðrum er það vísbending um að þú valtir yfir eigin þarfir og langanir. Ef þér hins vegar finnst gaman að hjálpa vini þínum að flytja, þá ertu að gera eitthvað sem þér finnst skemmtilegt.

Einstaklingar með veikbyggða rótarstöð eru stundum klaufalegir og viðutan sem ýtir enn frekar undir lélega sjálfsmynd. Þeir glopra niður hlutum, sulla niður á sig og týna hlutum endalaust. Það er eins og þeir séu ekki alveg inni í líkamanum, enda er það tilfellið, að þeir eru ekki nægilega vel jarðtengdir.

Ef þú ert til dæmis alltaf að missa símann þinn í jörðina eða gólfið gæti það þýtt að þig vanti betri jarðtengingu.   Þegar rótarstöðin er sterk erum við vel inni í líkamanum.

Hjálparleysi

Sé þörfum okkar ekki mætt í frumbernsku getum við þróað með okkur bjargarleysi eða lært hjálparleysi. Þetta var tilfellið hjá börnum á munaðarleysingjahæli á 6. áratugnum sem voru viðfangsefni rannsóknar um þessi mál. Börnin fengu enga þjónustu þótt þau grétu og grétu þegar þau voru svöng eða vansæl. Smám saman hættu þau að gráta og biðu bara þögul eftir að einhver kæmi að sinna þeim. Skilaboðin frá umhverfinu voru að þau væru ekki nógu mikilvæg til að þörfum þeirra væri mætt. Þau sem ekki vesluðust upp og dóu, urðu vanvirk og bjargarlaus.

Þessi gömlu kaldranalegu munaðarleysingjahæli eru ýktar aðstæður, en samt er það svo að við þurfum ekki að hafa alist upp sem munaðarleysingar til að þróa með okkur hjálparleysi. Það er nóg að viðhorf foreldra hafi verið þannig að barnið væri fyrir eða lítill tími til að sinna því. Sum börn eru uppburðarlítil frá upphafi og þurfa mikla ástúð sem foreldrarnir átta sig kannski ekki á. Oftast eru foreldrar bara dauðfegnir að barnið sé stillt og þægt og eiga sjálfir nóg með sitt.

Sum börn verða vissulega sterkari fyrir vikið og ákveðin í að láta til sín taka á fullorðinsárum. Þau berjast fyrir sínu á bernskuárum og halda áfram að berjast á fullorðinsárum. En önnur, þau sem eru viðkvæmari, hörfa frekar og láta fara lítið fyrir sér.

Á fullorðinsárum halda þau áfram að láta fara lítið fyrir sér og sinna frekar þörfum annarra. Ef það er tími afgangs geta þau sinnt sjálfum sér, sem er náttúrulega aldrei. Þetta er fólkið sem biðst afsökunar á sjálfu sér og því sem það hefur fram að færa. Það er hlédrægt og lágstemmt og telur að aðrir viti allt miklu betur og því þurfi það ekkert að leggja neitt til málanna. Sjálfstraustið er lítið og þau eru auðveld bráð eineltis því þau svara ekki fyrir sig.

Þessir einstaklingar halda að þeir hafi enga stjórn á lífinu og bíða eftir að aðrir komi að bjarga þeim eða uppfylla þarfir þeirra. Þeir eru dauðfegnir að kynnast röggsömum maka sem getur séð um líf þeirra beggja og tekið þær ákvarðanir sem þarf. En sá röggsami veit ekki hverjar eru þarfir og langanir þess hjálparlausa og leitast við að uppfylla eigin þarfir og langanir. Oftar en ekki reynist sá röggsami vera ofurstjórnsamur því þeir sækja í veiklynda einstaklinga sem láta vel að stjórn.

Sá hjálparlausi stendur eftir með sínar langanir og þarfir óuppfylltar. Gremja og kergja safnast upp en í stað þess að taka sjálfir af skarið og segja hug sinn, bíða þeir eftir að hinn aðilinn geri eitthvað í málunum. En ef sá hjálparlausi segir aldrei hvað hann vill eða þarf er ekki hægt að búast við að makinn viti hvernig hægt er að uppfylla þarfir sem hann veit ekki um.

Hjálparleysið veldur því að við höldum að við höfum enga stjórn á lífinu. Við setjum ekki eigin þarfir í forgrunn og hvað þá heldur langanir og þrár hvatastöðvarinnar. Við verðum því dofin og vansæl, því við hlustum aldrei á langanir okkar.

Auðvitað er eðlilegt að stundum komi þarfir annarra fyrir okkar eigin, eins og þegar móðir hugsar um ungbarn sem vaknar á fjögurra tíma fresti til að fá að drekka. Mikilvægt er að móðirin reyni að ná upp töpuðum svefni með því að leggja sig með barninu yfir daginn. Skortur á svefni vikum saman, hefur áhrif á taugakerfið og taugaveiklaður einstaklingur getur ekki veit öðrum ást og öryggi. Þannig að við þurfum að sinna okkar þörfum til að geta sinnt þörfum annarra, eins og í flugi þarftu að setja súrefnisgrímuna fyrst á þig áður en þú setur hana á barnið.

Hjálparleysi getur komið í veg fyrir að við reynum að bæta líf okkar á fullorðinsárum. Við fyllumst vonleysi og bíðum frekar að lífinu ljúki heldur en að gera eitthvað í málunum.

En sem betur fer er hjálparleysi enginn lífstíðardómur. Við getum heilað rótarstöðina og unnið með sjálfstraustið. Við getum lært að uppfylla þarfirnar og þar með fengið styrk til að opna á langanir sem liggja í dvala í hvatastöðinni. Rótarstöðin er undirstaðan og þess vegna þurfum við að byrja á að finna styrkinn í henni.

Hefðir og rótfesta

Þær hefðir sem við ölumst upp við eru ræturnar og mynda sjálfsmynd okkar og grunngildi. Ég ólst upp við að fara í kirkju á aðfangadag og að klukkan sex byrjar heilög stund. Þegar ég vann í Harrods í London endaði vaktin mín ekki fyrr en klukkan sjö á aðfangadagskvöld. Þar sem ég sat í lestinni á leiðinni heim á þessum heilaga tíma trúði ég varla að þetta væri að gerast, því mér fannst þetta svo mikil vanvirðing við allt sem ég ólst upp við.

Trúarbrögð byggjast upp á hefðum annars vegar og innihaldi hins vegar. Innihaldið eða kjarninn er sá sami í öllum trúarbrögðum: Að vera kærleiksríkur, ekki drepa, ekki drýgja hór, ekki stela, koma fram við aðra eins og þú vilt að aðrir komi fram við þig, fyrirgefa öðrum og sjálfum þér og svo framvegis. Meira að segja í skynsemistrú þar sem enginn er guðinn eru sömu reglurnar.

En hefðirnar eru ólíkar og þær skapa rótfestu í lífinu. Þær eru tækifæri fyrir fjölskyldur að sameinast, borða saman og sýna kærleika í verki. Þess vegna er mikilvægt að gera ekki lítið úr hefðum annarra heldur virða önnur trúarbrögð. Að gera grín að trúarbrögðum annarra er eins og að kippa fótunum undan þeim. Árásin beinist að því sem er fólkinu heilagast og þeirra eigin sjálfsmynd og grunngildum.

Allar fjölskylduhefðir, hvort sem er að biðja fimm sinnum á dag og snúa í austur, borða lambalæri á miðjum sunnudegi eða að horfa saman á gamanþátt á laugardagskvöldum, gefa okkur ákveðna festu í lífið. En fjölskylduhefðin getur líka verið að pabbi og mamma detta í það á laugardagskvöldum, sem endar yfirleitt með slagsmálum, svo það er best fyrir börnin að fela sig inni í herbergi þau kvöld, eða að í þessari fjölskyldu læra allir lögfræði og þeir sem ekki gera það eru misheppnaðir.

Rótarstöðin endurspeglar stöðu okkar gagnvart fjölskyldunni og nánasta samfélagi. Erum við sátt við fjölskylduna eða erum við að reyna að brjótast úr þeim viðjum sem fjölskyldan vill halda okkur í. Fjölskyldan hefur ákveðin viðhorf, skoðanir, trú og gildi, sem við meðtökum stöðugt á uppvaxtarárum. Þessi viðhorf og gildi eiga sér jafnvel stoð í fordómum eða vanþekkingu sem við sjáum svo í gegnum eftir því sem við sjálf eldumst. En okkur reynist kannski erfitt að standa á móti þeim og það skapar spennu í rótarstöðinni.

Grunngildi fjölskyldu eða nánasta samfélags eru til dæmis tryggð, heiður eða sæmd og réttlæti. Fyrir suma skiptir heiður fjölskyldunnar öllu mál og tryggð við fjölskyldumeðlimi. En þessi gildi snúast auðveldlega upp í andhverfu sína. Ef einhver í fjölskyldunni á við drykkjuvandamál að stríða eða beitir aðra í fjölskyldunni ofbeldi skal fela það fyrir umheiminum og aldrei segja frá.

Að segja frá leyndarmálum fjölskyldunnar jafngildir hjá sumum mannorðsmorði. Ef einhver utanaðkomandi skaðar fjölskylduna ber að svara í sömu mynt. Auga fyrir auga, tönn fyrir tönn. Við erum álitin svikarar ef við stöndum ekki með fjölskyldunni gagnvart utanaðkomandi aðilum.

Í sumum tilfellum hefur fjölskyldan brugðist okkur, eins og þegar skyldmenni beitir barn hvers kyns ofbeldi, þ.á.m. kynferðisofbeldi. Bæði er um að ræða að gerandinn misnotar aðstæður sínar og brýtur gegn barninu, en einnig að fjölskyldan bregst verndarskyldu sinni. Ef ofbeldið á sér stað inni á heimilinu, sem á að vera griðastaður þar sem við erum örugg, er fótunum gjörsamlega kippt undan þolandanum. Hann verður hvergi óhultur. Öll svona togstreita skapar stíflur í rótarstöðinni.

Svo sagði mamman bara á einu heimilinu eftir að pabbinn hafði brjálast og barið eitt barnið þegar eitthvað var ekki eins og hann hafði ákveðið: „Getum við ekki bara öll verið glöð".

Rótarstöð í ójafnvægi getur líka valdið erfiðleikum með fæðingu barns og þess vegna er gott fyrir barnshafandi konur að íhuga tengingar við fjölskylduna og hreinsa út orkulega fyrir fæðingu.

Samfélagslegar væntingar til kynjanna hafa líka áhrif. Síðustu árþúsundin þóttu sveinbörn dýrmætari en stúlkubörn og mótaðist viðhorf foreldra af því. Stúlkubörn fengu minni umönnun en allt gert til að sveinbörn kæmust til þroska. Þetta var ekki endilega meðvitað og engum að kenna nema harðneskjulegu lífi, en svona viðhorf mótar konur og menn þegar þetta er svona kynslóð fram af kynslóð. Þess vegna þurfa konur sérstaklega að þroska með sér viðhorfið að þær séu dýrmætar og eigi skilið að sinna eigin þörfum.

Til að geta þroskast sem einstaklingar verðum við að mynda okkar eigin gildi, hvort sem þau stangast á við gildi fjölskyldunnar eða ekki. Við verðum að finna okkar eigin viðhorf, skoðanir og trú sem byggja á eigin sannfæringu en ekki því sem við lærðum í æsku. Ef viðhorf okkar og gildi samræmast viðhorfum, skoðunum og gildum þeirrar fjölskyldu sem við ólumst upp hjá, er engin togstreita. En þar sem myndast togstreita þurfum við að hreinsa burtu sektarkennd og samviskubit og jafnvel ótta og skömm.

Ótti við skort og öryggisleysi

Rótarstöðin snýst um að finna fyrir öryggi, líða vel í eigin líkama og vera í jafnvægi. Rótarstöð í ójafnvægi getur magnað upp óöryggi og ótta en líka brotist út í ýktri þörf fyrir efnisleg gæði, ofát eða að safna dóti sem við þurfum ekkert á að halda.

Hafi foreldrar verið í ótryggum aðstæðum og sjálf verið með ótta við skort smitast það beint til barnanna sem skynja óöryggið og óttann og taka það inn hjá sjálfum sér. Það er eðlilegt að óttast skort en við þurfum markvisst að sigrast á honum og læra að treysta æðra máttarvaldi. Staðföst trú á eigin getu getur líka fleytt okkur áfram.

Síðustu árþúsund voru konur háðar mönnum bæði hvað varðar líkamlegt öryggi sem og fjárhagslegt öryggi. Karlar öfluðu teknanna og konur sáu um börnin og heimilið. Þannig var þetta bara. Ennþá eimir af fjárhagslegu óöryggi hjá konum, kannski einmitt vegna kynbundins launamunar. Sumar konur þora ekki að fara úr óheilbrigðu sambandi því þær eru hræddar við að búa einar og telja sig ekki hafa efni á íbúð, fötum eða þeim munaði sem þær hafa vanið sig á til að bæta sér upp skort á hamingju.

Samfélagið er líka ötult við að koma að hjá okkur ótta með því að leggja ofuráherslu á að allar konur verði að ganga út. Konum er innprentað að þær séu einungis samþykktar ef einhver vill vera með þeim og tímaritin eru stútfull af ráðum til kvenna sem hafa ekki gengið út. Endapunkturinn er svo rómantíska brúðkaupið sem eru verðlaunin fyrir að vera loksins samþykkt.

Fólk með ójafnvægi í rótarstöð hættir til að vera of þungt því það borðar til að finna öryggiskenndina. Ef það hefur nægan mat finnst fólkinu það öruggt. En þetta er falskt öryggi því utanaðkomandi atriði geta aldrei fært okkur sanna öryggiskennd. Alveg eins og þeir sem eru vel stæðir, finnst þeir samt alltaf þurfa meiri peninga til að vera öruggir og eiga í raun aldrei nóg.

Höfnun

Hafi annað foreldri (eða bæði) yfirgefið okkur í æsku eða skipt sér lítið af okkur, viljandi eða óviljandi, er höfnun líklega eitthvað sem við ætlum að vinna með í lífinu. Höfnunartilfinningin situr í rótarstöðinni með viðhorfinu að við séum lítils virði. Þetta er sársauki sem hægt er að heila.

Jafnvel þegar foreldri deyr frá ungu barni og sérstaklega ef foreldrið fyrirfer sér, upplifir barnið óöryggi og höfnun ef aðstæður eru ekki útskýrðar nægilega vel. Hér áður fyrr þótti betra að útskýra ekki neitt, í þeirri von að barnið gleymdi bara foreldrinu.

Okkur er eðlislægt að bregðast við höfnun með skömm og sársauka, hugsa að það sé eitthvað að okkur og þess vegna hafi foreldrið ekki viljað vera hjá okkur. En yfirleitt hefur þetta ekkert með okkur að gera. Faðirinn eða móðirin áleit sig ófær um að sjá um barn, kannski vegna drykkju, skorts á ábyrgðartilfinningu, ótta eða skammar. Mjög líklega glímdu þau við eigin erfiðleika og tilfinningaflækjur úr sársaukafullri æsku.

Sjálf á ég föður sem skipti sér lítið af mér. Hann hitti mig og hálfbróður minn einu sinni á ári þegar afi og amma buðu okkur í jólaboð, og hringdi á afmælinu mínu. Þegar ég var um það bil ellefu ára mætti hann í jólaboðið eins og áður og sagðist nú vera komin í samband við konu sem vildi ekki að hann hitti börnin sín. Hann gæti því bara stoppað stutt. Næstu jól kom hann ekki og engin jól eftir það. Sá þunni strengur, sem var á milli okkar, slitnaði þarna og eftir þetta var hann bara eins og hver annar fjarskyldur frændi.

Þótt ég hefði eignast ljómandi fínan stjúpföður sem sinnti mér eins og eigin dóttur, fannst mér ég aldrei alveg tilheyra fjölskyldunni. Föðurnafnið mitt var öðruvísi en hálfsystra minna og í hvert sinn sem ég kom heim úr skólanum, sá ég nafnið mitt stinga í stúf á póstkassanum við hliðina á útidyrunum, til að minna mig á að ég tilheyrði ekki, fyrir utan að ég leit öðruvísi út en þau hin.

Þegar ég varð sjálfráða buðu foreldrar mínir mér að taka föðurnafn stjúpföður míns, sögðust hafa viljað bíða til að ég gæti tekið ákvörðunina sjálf. Tilfinningin á bak við ákvörðun mína að skipta um föðurnafn var að tilheyra hópi. Fósturpabbi minn myndi alltaf vera pabbi minn, sama hvað nafn ég bæri, en mig langaði að nafnið mitt á póstkassanum væri ekki í svona hrópandi ósamræmi við hin nöfnin. Mig langaði mest af öllu að tilheyra fjölskyldunni. Af hverju ætti ég líka að bera nafn manns sem vildi ekki einu sinni hitta mig?

Stundum fannst mér sárt að horfa á föður veita dóttur sinni ástúð og fyrstu ástarsambönd mín lituðust af þessu óuppgerða sambandi við blóðföður minn. Ég dróst að mönnum sem endurspegluðu feður mína tvo, í þeirri von að fá það sem mig skorti í æsku, sem að sjálfsögðu þeir gátu aldrei veitt, því samþykkið kemur innan frá. Eitt af verkefnum mínum í þessu lífi var því að takast á við höfnun og að finnast ég ekki tilheyra.

Fyrir nokkrum árum sá ég að þessi fyrrverandi sambýliskona blóðföður míns var óvænt orðin vinur minn á samfélagsmiðli. Ég fann hvernig gamla andúðin gagnvart henni læddist inn og mig langaði ekkert að hafa með hana að gera. En svo ákvað ég frekar að sleppa tilfinningunni til að þurfa ekki að hitta hana aftur í öðru lífi. Þegar þetta gerðist var hún ung og lét stolt og vanþekkingu ráða för.

Það þýðir ekkert varpa ábyrgðinni yfir á foreldrana því þau gerðu sitt besta. Okkar er að vinna úr reynslunni með þakklæti og kærleika. Þau hefðu getað neitað að fæða okkur og farið í fóstureyðingu, en ákváðu að gefa okkur tækifæri til að fæðast og fyrir það getum við þakkað þeim.

Mjög líklega höfum við nú þegar skoðað málið frá þeirra sjónarhorni og komist að því að þetta var best svona og þau voru í engan stakk búin til að sjá um okkur, kannski sökum drykkju, vanþroska, ungs aldurs eða skorts á tækifærum. Það er gott að afgreiða þann hluta til að geyma ekki biturð eða gremju í garð þess foreldris sem var fjarverandi. Hins vegar þurfum við líka að heila litla barnið í okkur.

Sagt er að þeir sem voru yfirgefnir af foreldri séu með stórt tómarúm inni í sér sem þeir þurfa sjálfir að fylla upp í. Að einhverju leyti fyllum við sjálf upp í gatið með hugmyndum, gildum og skoðunum sem við gerum við hinu fjarverandi foreldri upp, eins og til dæmis þeirri ómeðvituðu skoðun að við höfum ekki verið þess virði að foreldrið vildi vera með okkur.

Þó svo að aðstæður hafi verið útskýrðar vel og allir virðist sáttir við fyrirkomulagið, situr barnið uppi með þetta tómarúm sem það veit ekki hvernig á að fylla. Stundum koma fósturforeldrar eða ömmur og afar í stað blóðforeldra og tekst að fylla upp í eitthvað af rýminu, hvort sem það er tilfinningalega eða með gildum sínum og skoðunum.

Sumir sem þó ólust með foreldrum sínum eru líka með svona tómarúm, því foreldrarnir voru tilfinningalega fjarlægir og gleymdu eða kunnu ekki að hrósa og sýna væntumþykju.

Það getur tekið alla ævina að fylla upp í tómarúmið. Við gerum það með því að samþykkja okkur sjálf eins og við erum og elska okkur sjálf.

Hluti af því að fullorðnast er svo að vingsa úr öllum þeim skoðunum og gildum sem við fengum úr uppeldinu og ákveða hvað við ætlum að hafa áfram. Öll menntun og hvers kyns lestur skiptir máli til að ákveða til dæmis hverju við viljum trúa, hvaða gildi við viljum hafa, í hvernig samfélagi við viljum búa og hvernig við viljum koma fram við aðra og okkur sjálf. Málið er ekki að gleypa við öllu sem við lesum sem helberum sannleika heldur leita inn á við og finna í hjartanu hver er okkar sannleikur.

Höfnun er sársaukafull reynsla, en ljósi punkturinn er að þeir sem eru að vinna með höfnun eru yfirleitt þroskaðar sálir sem eiga mörg líf að baki. Því þroskaðri sem við erum, því erfiðari verkefni fáum við. Þó aldrei erfiðari en við eigum að geta ráðið við.

Margir sem upplifa höfnun í æsku pína sig í aðstæðum sem valda ofnæmi, þreytu og streitu vegna þess að þeir eru hræddir við frekari höfnun. Þeir eru óöryggir um stöðu sína og þurfa sífellt að sanna gildi sitt. Þeir hanga kannski í vinnu sem þeir eru ekki sáttir við af ótta við að verða sagt upp og þar með hafnað. Þeir eru hræddir við að sleppa því þeir vita ekki hvað kemur í staðinn. Þetta þurfum við að vinna með og heila.

Sama með aðrar grunnþarfir eins nánd og snertingu. Tilhneigingin er að loka sig af tilfinningalega og setja skel utan um hjartað. En grundvöllur að hamingjusömu langtímasambandi, fyrir utan að geta gefið ást, er einmitt að leyfa sér að vera sannur, opna hjartað, taka á móti ást, viðurkenna sársauka, biðja um samkennd og finna til samkenndar með hinum aðilanum. Þeir sem upplifðu höfnun í æsku eiga afskaplega erfitt með þetta. Þeir eru dauðhræddir við að opna hjartað og sýna innstu sálarkima af ótta við að vera hafnað. Þess vegna er það mikils virði að vinna með höfnun og læra að elska sjálfan sig nógu mikið til að þora að nálgast aðrar manneskjur tilfinningalega.

Kirtill rótarstöðvar

Nýrnahetturnar eru kirtlar rótarstöðvarinnar. Of hár blóðþrýstingur getur bent til þess að nýrnahetturnar séu ofvirkar og of lágur að þær séu vanvirkar.

Nýrnahetturnar framleiða Cortisol sem stjórnar salt- og vatnsjafnvægi líkamans, sem og Adrenalín þegar við stöndum frammi fyrir ógnandi aðstæðum eða erum stressuð. Það fer svo eftir því hvernig rótarstöðin er stillt hvort við erum hrædd og hjálparlaus og frjósum eða höfum hugrekki til að berjast.

Langtíma stress, ógn eða ofbeldi í lengri tíma þýðir stanslausa framleiðslu á Adrenalíni, sem er mikið álag fyrir líkamann og getur skapað bólgur og viðvarandi verki í stoðkerfið. Vefjagigt má til dæmis rekja til viðvarandi streituástands og áfalla. Þess vegna er svo mikilvægt að vinna með áföllin í lífi fólks, ekki bara ávísa verkjalyfjum til að deyfa sársaukann.

Ég verðskulda ást og kærleika

Rótarstöðin er í sífelldri endurnýjun þannig að þú getur valið hvort þú fóðrar hana með óöryggi og skorti eða hvort þú vinnur í að breyta viðhorfum þínum og hugsunum. Hver einasta hugsun um hvað þú eigir bágt eða sért blönk eða hvað heimurinn sé hræðilegur fer beint í rótarstöðina og viðheldur stíflunum. Á sama hátt fer hver einasta hugsun um að allt fari vel og þakklæti fyrir alla velmegun sem kemur til þín líka í rótarstöðina með betri orku sem leysir stíflurnar.

Hvert áfall sem við verðum fyrir á lífsleiðinni fer í rótarstöðina og þar sem við erum oft að lenda í einhverju þurfum við vera meðvituð um hugsanir og viðhorf, sem og um allar tilfinningar sem við upplifum í tengslum við þessi áföll, viðurkenna þær og vinna með þær.

Það er til lítils að loka okkur inni til að forðast að lenda í áföllum eða upplifa óþægilegar tilfinningar, heldur að takast á við áföllin, upplifa tilfinningar og vinna úr þeim, helst jafnóðum og leyfa sér að vera manneskja. Við getum ekki upplifað jákvæðar tilfinningar nema opna fyrir allan tilfinningaskalann og finna fyrir sársaukanum líka.

Það er viðbúið að flestir komi með einhver tilfinningasár úr æsku, því bæði var mjög óalgengt að foreldrar væru meðvitaðir um tilfinningar yfirleitt og svo bætast við áföll svo sem dauðsföll og skilnaðir, slys og hamfarir. Öll svona skakkaföll þurfum við að vinna með og heila.

Við berum ekki ábyrgð á tilfinningum annarra, hvort sem er aldraðra foreldra, stálpaðra barna eða maka. Við berum aðeins ábyrgð á okkar eigin tilfinningum. Vissulega er okkar hlutverk að gera okkar besta fyrir börnin okkar, viðurkenna tilfinningar þeirra, hjálpa þeim að gera sér grein fyrir eigin tilfinningum og að sjálfsögðu veita þeim kærleika og umhyggju sem öll börn þarfnast. Þótt við höfum ekki getað gert þetta þegar þau voru ung er engin ástæða til að sjálfsásakana. Við getum alltaf reynt að bæta fyrir það sem við gerðum rangt þegar við loksins áttum okkur á því.

Ef við fáum ekki þá kærleiksnæringu sem við þörfnumst er hættan á að við verðum sjálf hrædd við að upplifa tilfinningar. Við verðum hrædd við að vera særð og lokum þar af leiðandi á ást frá öðrum. Þrátt fyrir að við eigum jafnvel maka og börn, finnst okkur við ekki eiga skilið að fá ást frá öðrum. Við upplifum að við séum ekki velkomin inn í þennan heim og að við þurfum alltaf að afsaka okkur fyrir umheiminum: Afsakaðu að ég sé hérna! Fyrirgefðu að ég hafi þarfir! Ég skal reyna að láta lítið fara fyrir mér! Ekki vera að hafa neitt fyrir mér!

Staðreyndin er hins vegar sú að við erum öll velkomin í þennan heim. Við ákváðum öll að fæðast hér og lifa þessu lífi. Við ákváðum aðstæðurnar í upphafi, hvort sem þær voru vinveittar eða óvinveittar, nákvæmlega til að gefa okkur það veganesti sem við þurftum til að taka út þann þroska sem við ætluðum. Erfiðar aðstæður í æsku gera okkur kleift að skilja aðra sem glíma við hið sama og þar af leiðandi betur í stakk búin til að hjálpa þeim.

Við getum þakkað fyrir alla þá reynslu sem við höfum fengið því hún hefur gert okkur að því sem við erum í dag. Jafnframt getum við heilað okkur sjálf þannig að við þurfum ekki að bera meinin sjálf, heldur einungis skilninginn.

Við erum fullkomlega eins og við ætluðum að vera í þessu lífi. Við eigum skilið kærleika og ást. Við eigum skilið að vera hér á jörðu og taka okkar pláss. Við megum hlusta á þá tónlist sem okkur líkar, horfa á myndir sem okkur líkar, borða mat sem við viljum. Við megum fara ein í göngutúra, eða hugleiða ein inni í herbergi án þess að vera trufluð. Við þurfum ekki að setja þarfir annarra í fjölskyldunni ofar okkar. Við höfum jafnan rétt og aðrir.

Forsendan fyrir því að geta tekið við ást frá öðrum er að við elskum okkur sjálf. Við þurfum að elska okkur sjálf nógu mikið til að við hræðumst ekki höfnun annarra, hunsun, fýlu eða tilfinningakulda. Við þurfum að fylla hjarta okkar af ást og kærleika frá kjarna okkar eða Guði eða Jesú eða hvað sem er rétt fyrir hvern og einn. Ef aðrir kjósa að elska okkur ekki er það þeirra harmur.

Þegar við elskum okkur nógu mikið förum við kannski að stunda leikfimi, borða hollari mat, förum á lesblindunámskeið eða lærum að dansa til að fá útrás og fylla okkur af gleði.

Þó svo æskan hafi ekki verið ákjósanleg er engin ástæða til að útiloka sig frá kærleika það sem eftir er lífsins. Notum aðstæður í æsku til að styrkja okkur og skilja aðra. Hreinsum út neikvæðu minningarnar með því að leyfa þeim að koma fram og senda þær í ljósið með þakklæti fyrir reynsluna.

Rauður

Litur rótarstöðvarinnar er rauður og gott er að klæðast rauðum fötum þegar efla á rótarstöðina, sérstaklega sokkar, skór og buxur eða pils. Rauður er litur styrksins og sérlega góður þegar farið er á mikilvægan fund, haldin er ræða eða staðið í ströngu gagnvart öðru fólki. Ef þú ætlar til dæmis að standa með sjálfri þér og segja hvað þér finnst, er gott að vera í rauðum lit.

Rauði liturinn hefur lága tíðni, er mjög tengdur efnislega sviðinu og hefur bein áhrif á líkamann. Það örvar og hressir því það örvar framleiðslu adrenalíns í líkamanum. Rautt gefur okkur aukinn kraft þegar við erum þreytt. Prófaðu einhvern tímann þegar þú ert uppgefin og vantar meiri orku að horfa á rauðan lit í smá stund, fara í rauða flík eða borða rauðan mat.

Rauður er litur frumkvöðulsins, leiðtogans, þess sem byrjar verkefnin. Frumkvöðullinn á erfitt með að fylgja öðrum eða lúta valdi annarra og gæti fundið til pirrings, reiði eða stöðnunar í þeim aðstæðum. Hann þarf að vera frjáls og óheftur. Rauður stendur fyrir „Ég er" sem er nákvæmlega það sem rótarstöðin stendur fyrir og hjálpar okkur til að taka ábyrgð á eigin lífi og vera sterk.

Rauður er úthverfur litur og því góður litur á heimilinu þar sem eru samskipti milli fólks eins og í stofu og leikherbergi. En rautt örvar líka ástríður og öfgar og því er kannski ekki gott að hafa rautt í borðstofu eða eldhúsi því þá hættir fólki til að borða meira. Rautt er hins vegar algengt á veitingastöðum þar sem þess er beinlínis óskað að gestir borði sem mest, drekki sem mest og tali sem hæst. Rautt örvar líka hraðann, svo gestir borða hraðar og fara fyrr, heldur en ef umhverfið væri til dæmis blátt, sem er mjög róandi litur.

Einu sinni var ég á ræðunámskeiði og mætti eitt kvöldið í rauðri peysu. Við fengum stikkorð og áttum að fjalla um efnið í 3 mínútur. Það reyndist lítið mál að fjalla um efnið og ég var full sjálfstrausts og orku. Næsta kvöld klæddist ég svartri peysu, fékk annað orð og 3 mínútur. Í þetta skiptið var ég óþarflega meðvituð um að segja eitthvað fáránlegt og verða mér til skammar. Ég fann hvernig svarti liturinn strikaði út sjálfstraustið. Eftir þetta klæðist ég helst aldrei svörtu, því fyrir mér er svart litur skammarinnar, fyrir fólk sem vill fela sig, falla inn í fjöldann. Rautt er hins vegar einn af mínum uppáhaldslitum, enda hef ég engan áhuga á að falla inn í fjöldann.

Rautt er líka gott gegn depurð og þunglyndi en þar sem liturinn er örvandi getur hann leitt til maníu ef fólk er þannig stillt. Rautt er gott fyrir fólk með lágan blóðþrýsting og kulsækið fólk, því það kemur blóðinu á hreyfingu.

Rauður litur er þannig góður fyrir þá sem þarfnast örvunar, hugrekkis og styrks, en getur verið of mikið fyrir þá sem eru hömlulausir.

Heilun rótarstöðvar

Til að heila rótarstöðina þurfum við að byggja upp góða jarðtengingu með því til dæmis að vinna garðvinnu, ganga í náttúrunni, vera berfætt úti og finna fyrir iljunum.

Í hvert sinn sem við hugleiðum er mikilvægt að jarðtengja okkur með því að ímynda okkur rætur koma neðan úr iljum sem skjótast niður í jörð, vefjast utan um rætur trjáa eða um kristalinn í miðju jarðar. Góð jarðtenging færir okkur jafnvægi, öryggi og yfirvegun. Það verður auðveldara að finna lausnir á vandamálum og við getum sleppt óttanum.

Börn elska að sulla í vatni, moka í sandi og mold, raða og safna steinum, vera berfætt í grasinu. Leyfum okkur það áfram á fullorðinsárunum. Finnum okkur stað til að rækta matjurtir, tré eða blóm. Reitum arfa, umpottum og gleymum okkur við garðyrkjustörf.

Notaðu rauða litinn markvisst til að styrkja rótarstöðina. Vertu í rauðum sokkum, skóm eða rauðu pilsi, settu á þig rauða slæðu eða bindi eða eitthvað rautt til að minna þig á styrkinn sem býr innra með þér.

Leyfðu rótarstöðinni að byrja að vinna þegar þú lest þennan kafla. Bara við það að lesa textann, kviknar á minningum hjá þér og heilun fer af stað. Vertu óhrædd eða óhræddur við að leyfa minningunum að koma upp á yfirborðið, senda þær inn í ljósið og fyrir gefa sjálfri þér eða sjálfum þér.

Þegar þú byrjar hvers kyns sjálfsvinnu er viðbúið að þú hittir fólk sem þú hefur ekki hitt lengi og kveikir á óþægilegum minningum eða einhverju sem þú þarft að vinna með. Taktu því bara með þakklæti og leyfðu tilfinningunum að koma upp á yfirborðið.

Ef þú átt erfitt með að vera ein eða einn þegar þú vinnur í fortíðinni skaltu endilega leita þér aðstoðar. Þú getur farið í heilun, til sálfræðings eða á sjálfsræktar- eða sjálfstyrkingarnámskeið. Einnig geta óhefðbundnar meðferðir hjálpað mikið við að losa tilfinningar úr líkamanum. Farðu í það sem kallar á þig. Ekki leita í lyf, tóbak eða áfengi því þau deyfa minningarnar og stoppa flæðið. Sætindi og kaffi stoppa líka flæðið.

Þú getur farið inn í tilfinninguna með því að þylja hana aftur og aftur. „Höfnun, höfnun, höfnun, höfnun ...“ Endurtaktu orðið aftur og aftur og finndu hvernig sársaukinn vex innra með þér í fyrstu og minnkar síðan. Þetta er eins og að fara yfir ávala brú, upp í móti í fyrstu og svo niður í móti. Þetta eru sársaukafullar nokkrar mínútur, en þegar þú ert komin yfir brúna kemur brosið fram og þú finnur létti. Þar með ertu búin að hreinsa einn orkuhnoðra sem stíflaði flæðið.

Á langri ævi hafa safnast margir orkuhnoðrar af alls kyns tilfinningum og minningum og þess vegna tekur tíma að vinna í fortíðinni. Gefðu þér tíma og tækifæri því lífið verður svo miklu auðveldara þegar þú ert búin að létta á orkunni.

Fyllum hjörtu okkar af kærleik og sendum einnig til okkar nánustu. Þyljum uppbyggjandi staðhæfingar 1000 sinnum á dag. Kannski þurfum við að gera þetta í nokkra daga, kannski í nokkrar vikur, kannski í nokkra mánuði. En er það ekki þess virði til að geta gengið upprétt og stolt af sjálfum okkur? Því meira sem við elskum okkur og samþykkjum okkur, því betri fyrirmynd erum við fyrir börn okkar og því heilbrigðari verða þau.

Endurtaktu jákvæðar staðhæfingar 100 sinum eða oftar yfir daginn. Þyldu þær upphátt eða í huganum, í strætó eða í bílnum á leið í vinnuna, yfir uppvaskinu eða í göngutúrnum.

Staðhæfingar fyrir rótarstöð:

Ég verðskulda ást og kærleik

Ég elska sjálfa(n) mig skilyrðislaust

Ég er fullkomin eins og ég er

Ég á allt gott skilið

Ég má taka mitt pláss

Ég vil losna við meðvirkina og finna sjálfa mig

Ég má hafa þarfir og sinna þeim

Burt með óttann, ég er sterk(ur)

Allt fer vel og ég er örugg

Ég treysti því að fá allt sem ég þarf í lífinu

Takk Alheimur fyrir að færa mér allt sem ég þarfnast

HVATASTÖÐ

Litur: Appelsínugul

Staðsetning: Rétt fyrir neðan mitti

Mótast af: Uppeldi, samskiptum við annað fólk, fjölskyldumynstri, viðhorfi til kynlífs og samfélagslegum gildum

Kirtlar: Kynkirtlar, blöðruhálskirtill, eggjastokkar

Líkamleg áhrif: Æxlunarfæri, eggjastokkar, eistu, neðsti hluti ristils, þarmar, mjaðmasvæði, botnlangi, blaðra og blöðruhálskirtill

Stærstu verkefnin: Sleppa meðvirkni og ótta gagnvart öðrum

Mantra: Ég á rétt á að uppfylla langanir mínar og drauma

HVATASTÖÐIN

SKÖPUN

Önnur orkustöðin sem þroskast hjá okkur er hvatastöðin, staðsett fyrir ofan rótarstöðina og neðan nafla. Hún byrjar venjulega að mótast á þriðja ári þegar barnið fer að aðgreina sig frá öðrum, finna eigin langanir, hvaða dót það vill leika með, hvaða fötum það vill klæðast og hvaða mat það vill borða. Barnið byrjar að skapa, prófa sig áfram með liti og form, finna út hvað veitir því gleði og hamingju og spegla veröldina með því sem hendi er næst. Út frá þessu öllu verður sjálfsmyndin til.

Hvatastöðin endurspeglar þau samskiptamynstur sem við lærum í æsku og viðhorf gagnvart öðru fólki: Hversu mikilvæg við álítum okkur sjálf miðað við aðra og hvort við mætum eigin þörfum og löngunum eða hvort við látum þarfir annarra og langanir ganga fyrir.

Orkustöðin er miðstöð tilfinninga, samskipta, ástríðu, unaðar og nautnar, kynþokka og náinna tengsla.

Líkamleg áhrif

Hvatastöðin hefur áhrif á æxlunarfæri, ristil, þarma, mjaðmasvæði, botnlanga og blöðru. Hvers kyns bólgur á þessu svæði, s.s. blöðrubólga, ristilbólga, ristilkrampar og þarmabólga má rekja til stíflna í hvatastöð. Það sama á við um krónískan bakverk í neðra baki eða mjöðmum, frumubreytingar eða krabbamein í æxlunarfærum og jafnvel hitakóf við tíðahvörf tengjast hvatastöðinni. Framstæður neðri magi og stór bendir einnig til ójafnvægis í hvatastöð.

Stíflur í hvatastöð geta valdið tíðaverkjum, óreglulegum blæðingum eða milliblæðingum hjá konum, ófrjósemi, ristilkrömpum, meltingartruflunum og fitu á neðri maga, sem og harðlífi og krömpum við hægðalosun. Þessi einkenni saman hafa fengið sjúkdómsheitið Legslímuflakk (Endómetríósa) en hvert þeirra má rekja til stíflna í hvatastöð. Þess vegna hjálpar að heila orkustöðina, sleppa tilfinningum og áföllum sem þar eru geymd og huga að samskiptamynstrum, til að halda einkennum niðri án lyfja og jafnvel losna við þau.

Sköpun

Orka hvatastöðvarinnar snýst um sköpun, ekki aðeins sköpun nýs lífs eða listar og nytjahluta, heldur einnig drauma, langana og framtíðar. Allir geta skapað og nauðsynlegt er að finna einhverja leið til að fá útrás fyrir sköpunarþörfina.

Við þurfum ekki að starfa sem listamenn eða hönnuðir til að vera skapandi. Að prjóna peysu eftir uppskrift eða elda góðan mat er líka sköpun, sem og að undirbúa veislu, baka, finna nýjar gönguleiðir, föndra, finna upp á nýjum leik, raða kristöllunum á nýjan máta, fikta á hljóðfæri, fara nýja leið heim úr vinnunni og frjóar samræður. Allt sem þér dettur nýtt í hug er sköpun.

Hvatastöðin þroskast á leikskólaaldri og í leikskóla fá börn einmitt tækifæri til að skapa og skilja heiminn með listsköpun. Börnin leira, mála, teikna, föndra, líma, klippa, sauma, syngja, búa til lög, búa til sögur og hvað sem er. Það er ekki ætlast til að barn geti gert eitthvað fullkomið. Bara að prófa er frábært. Ef hins vegar einhver segir að svona eigi ekki að teikna hest eða syngja eða mála, gætu þau misst trúna á að þau geti það. Ef börn eru heft í sköpun, hefur það áhrif á þau sem fullorðin.

Hvatastöðin er uppspretta hugmynda um hvað við getum gert til að bæta lífið. Að ritskoða sífellt nýjar hugmyndir og kæfa þær í fæðingu er eins og að kæfa okkur sjálf. Hins vegar í hvert skipti sem við hlustum og framkvæmum einhverra þessara hugmynda nærum við okkur sjálf og eflumst.

Í allri sköpun skiptir máli að leyfa hugmyndum að flæða. Þegar við dæmum einhverjar þeirra ómögulegar strax, stoppar það flæðið og hindrar nýjar hugmyndir. Þegar starfsmenn eða hópar eru saman í hugarflugsvinnu skiptir miklu máli að allar hugmyndir séu velkomnar, sama hversu fáránlegar þær virðast, því fáránlegar hugmyndir leiða oft til annarra og betri hugmynda. Eins og pendúll sem sveiflast í ólíkar áttir en staðnæmist svo í miðjunni þar sem besta lausnin er.

Getnaður á sér beinlínis stað í hvatastöðinni og ófrjósemi má oft rekja til stíflu frá fyrri lífum í hvatastöð. Konur og menn sem glíma við ófrjósemi geta sett hendur fyrir neðan nafla þegar þau fara að sofa og sent inn ljós og heilun, fyrirgefið sér fyrir það sem þau gerðu í fyrri lífum, án þess að dæma eða finnast hann eða hún einhvers minna virði.

Ef fólk á erfitt með að ímynda sér, má hafa eitthvað appelsínugult í íbúðinni til að minna sig á að biðja um ljós og heilun í hvatastöðina. Við getum líka haft mynd af líkama og teiknað appelsínugulu hvatastöðina fyrir neðan mitti, þannig að í hvert sinn sem við sjáum myndina hugsum við fallega til hvatastöðvarinnar.

Það er óþarfi að senda gremju í hvatastöðina með því að ásaka okkur sjálf. Það er engum um að kenna, heldur er þetta einungis eitt af verkefnunum sem við komum með inn í þetta líf. Í mörgum tilfellum hefur fólki tekist að heila ófrjósemiskarma með því að ættleiða fyrst. Stuttu eftir ættleiðingu er óvænt komið barn undir belti.

Kannski hjálpar að leita svara í öðrum lífum. Ef til vill eignuðumst við svo mörg börn í einu lífi að við ákváðum hafa tíma fyrir eitthvað annað en barnauppeldi í því næsta. Eða læra að meta börn meira áður en við eignuðumst fleiri. Öllu máli skiptir að taka lífinu með ró, ekki ásaka neinn, síst af öllu sjálfan sig.

Styrk hvatastöðvarinnar finnum við með trausti á eigin getu til að standa okkur. Styrkurinn felst í að þora að taka áhættu og þora að taka ákvarðanir byggðar á eigin löngunum.

Dagdraumar, langanir og þrár

Dagdraumar eru vísbending um til hvers við komum hingað til jarðarinnar. Þótt draumur sé langsóttur, er hann þess virði að vera skoðaður nánar til að kanna hvað af honum er raunhæft. Stundum er hann vissulega flótti frá raunveruleikanum, en stundum er hann birtingarmynd löngunar og þrár, eða jafnvel vísbending um hlutverk okkar í lífinu. Okkur dreymir kannski um að verða frægir fatahönnuðir en á bak við þann draum er djúp þrá á að vinna með efni og hanna falleg eða frumleg föt.

Skynsemin segir hins vegar að það sé svo óraunhæft að verða frægur fatahönnuður að við kæfum þann draum. En því ekki að leyfa okkur að læra að sauma eða fara í jafnvel í fatahönnunarnám. Hvort við verðum fræg eða ekki er aukaatriði, því aðalmálið er að fá útrás fyrir sköpunina. Frægðin kemur svo bara seinna ef það á að verða. Kannski var frægð aldrei málið, heldur bara að geta starfað sem fatahönnuður. Á bak við hvert tískumerki er fjöldinn allur af góðum hönnuðum og fæstir eru frægir.

Það er nauðsynlegt að leyfa draumum að verða að veruleika, hvort sem það er að stofna veitingastað, starfa sjálfstætt, gera upp gamalt hús eða skapa eitthvað s.s. ljóð, sögur, málverk eða tónlist. Það er mikilvægt að hlusta á draumana og leyfa þeim að rætast, svo þeir breytist ekki í steinrunnin vonbrigði sem stífla í hvatastöðina.

Stundum veljum við okkur drauma sem eiga sáralitla möguleika á því að rætast sem afsökun fyrir því að gera ekki neitt. Heitasti draumurinn er til dæmis að reka veitingastað með Michelin stjörnu. En við nennum ekki að byrja á litlum veitingastað því okkur langar bara að reka Michelin stað. Eða draumurinn er að verða geimfari, en af því að leiðin þangað er svo löng sitjum við bara heima og spilum tölvuleiki.

Draumur, þrá eða löngun sem aldrei rætist verður að staðnaðri orku sem brýst svo út í bakverk eða öðrum kvillum sem tilheyra hvatastöðinni.

Hægt er að byrja smátt: Bjóða vinum í mat, fara á námskeið í stjörnufræði, læra tungumál landsins sem þig langar til, skrifa smásögur meðfram vinnu, fara á skapandi námskeið, safna í varasjóð til að framfleyta sér á meðan draumurinn er að verða að veruleika.

Það skiptir ekki máli þótt allt fari ekki eins og við höfðum séð það fyrir okkur. Það er þá bara ævintýri og reynsla. Sköpun leiðir af sér meiri sköpun og þegar við sleppum stjórninni og gefum okkur í flæðið gerast stórkostlegir hlutir.

Samfélagsleg mótun

Hvatastöðin þroskast eftir því sem börn uppgötva samskipti við önnur börn og fullorðna. Á sama tíma og þau byrja að aðskilja sig frá öðrum, læra þau að deila með öðrum, hjálpa öðrum og finna til með þeim.

Umhverfið eða nánasta samfélag hefur mikil áhrif á börn á þessu tímabili. Leikskólakennarar og önnur börn eru augljós áhrif. En líka sjónvarpsþættir sem eru í gangi hvort sem það er barnaefni, fréttir, auglýsingar, tónlistarmyndbönd eða eitthvað sem hinir fullorðnu horfa á þegar barnið er kannski að leika sér í sama herbergi. Börn gleypa við öllu sem þau sjá og heyra á þessum aldri og hafa ekki forsendur til að lesa efnið með kynjagleraugum eða skilja að þetta sé bara tilbúningur. Þegar hetjurnar í barnaþáttunum eru allar karlkyns og kvenpersónurnar eru bara í aukahlutverki til að segja sögu aðalpersónunnar, læra stelpurnar að þær eru bara í aukapersónur.

Stelpur sem þurfa alltaf að taka tillit til þarfa stráka, því þeir eru svo fyrirferðarmiklir og hávaðasamir, læra að þannig sé lífið. Að stelpur þurfi að leyfa strákunum að ganga fyrir. Á þessum aldri byrjar meðvirkni, undirgefni og þörf fyrir að vera elskuð og samþykkt af öðrum.

Flestir vilja tilheyra hópi hvort sem það er fjölskylda, stétt, samfélagshópur, þjóð eða trúarhópur. Við viljum falla í kramið og gerum því eins og ætlast er til af okkur. Við leitum fyrirmynda alls staðar, hvort sem er á heimilinu hjá foreldrum okkar eða hjá vinum, í kvikmyndum, bókum, sjónvarpsþáttum, tónlistarmyndböndum eða hjá hópnum sem við viljum tilheyra. Allt fer þetta í hvatastöðina og mótar viðhorf okkar og hegðun gagnvart öðrum.

Skilaboðin um hvernig við eigum að vera til að tilheyra hópnum eru yfirleitt langt umfram það mögulega og því myndast togstreita milli þess sem við erum og hvernig við viljum vera. Mikil orka fer í að vera eins og allir hinir og smám saman missum við tenginguna við okkur sjálf. Þá safnast upp ótti við að einhver sjái að við séum ekki nákvæmlega eins og ímynd hópsins segir til um, að verða afhjúpuð sem svikarar og þar með útskúfað úr hópnum. Þótt hvatastöðin þroskist aðallega á leikskólaaldri, halda skilaboð samfélagsins áfram að fara í hvatastöðina og ef hún er í ójafnvægi verða áhrifin enn meiri.

Ástríða

Ein aðaltilfinningin í hvatastöðinni er ástríða. Hún kyndir eldinn í okkur og hjálpar okkur að láta drauma rætast, þróa hugmynd að veruleika, koma nýju fyrirtæki á laggirnar, opna hönnunarhús, skapa eitthvað stórt. Hún fær okkur til að berjast fyrir málstað, sinna einhverju svo ákaft að við erum tilbúin að fórna öllu fyrir það. Ástríða gefur lífinu gildi.

Orkan getur beinst að baráttu fyrir náttúruna, dýr eða fólk. Þegar við stöndum saman erum við afar sterk. Saman getum við unnið með áföll, endurbyggt hús sem brann, hjálpað öðrum að setjast að í nýju landi, hjálpast við að komast yfir fíkn, tengja saman fólk og margt fleira.

Við getum hins vegar ekki bjargað þeim sem ekki vilja láta bjarga sér og við getum ekki gripið fram fyrir hendurnar á öðrum, þótt okkur finnist líf þeirra ómögulegt. Við getum ekki þvingað aðra til að hætta í vinnu eða fara úr sambandi þar sem andlegt ofbeldi eða einelti viðgengst.

Við getum stutt manneskjuna til þess, veitt henni skjól og hvatt hana með ráðum og dáðum, en hún verður að taka ákvörðunina sjálf. Ef við tökum ákvörðunina fyrir einstaklinginn erum við í raun að taka yfir hlutverk þess sem stjórnar. Fórnarlambið styrkist ekki við að fá nýjan aðila sem ræður yfir því. Styrkurinn þarf að koma innan frá.

Sumir beina ástríðunni í að verða ástfangnir. Þeir upplifa svo mikla vellíðan að þeir sækja í að vera ástfangnir, lyfta ástvininum upp á stall og halda að þetta sé hinn eini sanni. En þegar bleika skýið er horfið og ástmaðurinn eða konan ekki jafn æðisleg og í upphafi, slíta þeir sambandinu og detta niður í djúpa depurð, jafnvel þunglyndi og sverja þess eið að fara aldrei í samband aftur, þar til hin „fullkomna manneskja" verður á vegi þeirra og hringrásin hefst á ný.

Við finnum ástríðuna í hjartanu og því mætti kannski halda að hún búi þar. En ástríða sem leitast við að bjarga öðrum eða finna hinn fullkomna maka er ekki skilyrðislaus ást. Sú skilyrðislausa býr í hjartanu, ástríðan býr í hvatastöðinni.

Ástríðan fyllir okkur af eldmóði og örvar þannig hvatastöðina. En ástríða án kærleiks er innantóm og lýjandi. Ef okkur finnst við ekki fá næga umbun fyrir að bjarga heiminum, erum við ekki að gera þetta af kærleik heldur meðvirkni. Þegar við leggjum okkar af mörkum í skilyrðislausum kærleik skiptir ekki máli hvort við fáum umbun eða ekki. Jafnvel þótt málstaðurinn sé góður, er bardaginn ekki endilega góður.

Ástarsambönd

Þegar hvatastöðin er í jafnvægi höfum við frelsi til að vera við sjálf og hugrekki til að sýna nánd. Sköpunarflæðið flæðir óhindrað í hverju því sem við tökum okkur fyrir hendur. Við leyfum okkur að hafa tilfinningar og tengjast mjúku og kvenlegu hliðinni, bæði konur og karlar. Við eigum auðvelt með að vera í ástarsamböndum á jafningjagrundvelli, orkuflæðið er jafnt á báða bóga og kynlífið á réttum forsendum.

Til að hvatastöðin verði heilbrigð skiptir miklu máli að vera samþykkt af foreldrum, systkinum og nánasta umhverfi í æsku. Ef foreldrar voru uppteknir af eigin vandamálum eins og drykkjuskap, ótta eða fórnarlambshugsunarhætti fær barnið ekki það samþykki sem það þarfnast. Á fullorðinsárum leitum við að þessu samþykki hjá öðru fólki. Við löðumst að fólki sem endurspeglar foreldrana, hvort sem þeir voru ráðríkir og stjórnsamir, drykkfelldir, kaldlyndir og fjarlægir. Konur hrífast af mönnum sem líkjast feðrum þeirra og karlmenn af konum sem líkjast mæðrunum, í þeirri von að fá þá ást og samþykki sem skorti í æsku. Þá reynum við að breyta makanum í foreldrið sem við hefðum viljað hafa. En sjaldnast geta þessir aðilar gefið það sem þarf, því ást og samþykki koma innan frá.

Þegar hvatastöðin er í ójafnvægi löðumst við að fólki sem er andstætt okkur. Ef við þorum ekki að segja skoðun okkar og standa með sjálfum okkur drögumst við að fólki sem veit allt best. „Besserwisserinn" laðast að þeim sem finnst hann afburðagreindur og klár. Samband milli þessara aðila verður þá ójafnt þar sem annar aðilinn er undirgefinn og þögull og hinn hefur alltaf rétt fyrir sér.

Ef foreldri drakk of mikið, sýndi óábyrga hegðun og stjórnleysi, er tilhneigingin að taka að sér slíkan maka til að reyna að bjarga þeim. Þráin var svo mikil að hjálpa foreldrinu að sigrast á eigin breyskleika, að manneskja tekur fegins hendi tækifæri til að hjálpa ástinni sinni. En það getur enginn bjargað öðrum frá sjálfum sér. Sambandið byggir á ójafnvægi og fullnægir hvorugum aðilanum. Sá meðvirki skilur svo ekkert í því að hann laðar einungis að sér fólk sem vill ekki láta bjarga sér.

Manneskja með veika hvatastöð er gjarnan áfram í sambandi með einstaklingi sem hún vill ekki vera með. Kannski er hún í sambandinu af ótta við fjárhagslegt óöryggi eða af því hún er hrædd við viðbrögð hans ef hún segist ætla að fara. Kannski hefur hann hótað henni við fyrri tilraunir til að yfirgefa sambandið. Þetta á jafnt við um konur og karla, þ.e. konur grípa líka til hótana og beita ofbeldi svo undirgefnir menn þora ekki að fara.

Stundum hittum við fólk sem við erum sannfærð um að hafa þekkt og elskað í fyrri lífum. Þarna sé sálufélaginn okkar loksins kominn, allt verði nú gott og við munum lifa hamingjusöm til æviloka. Það er aldrei þannig. Þótt um sé að ræða sálufélaga þurfa þör alltaf að finna leiðir til að byggja upp gott samband.

Að sjálfsögðu eru dæmi um að fólk passi vel saman en oft er eitthvað karma sem þarf að vinna úr. Til dæmis mun sálufélaginn hafna þér enn einu sinni eða þú honum og ýfa þannig upp gamalt karma ykkar í milli. Tækifærið er þá að fyrirgefa og sleppa. Eða manneskjan hefur sýnt þér yfirgang í öðru lífi og tækifærið er nú að svara fyrir þig og láta hana ekki valta yfir þig.

Ekkert samband er svo fullkomið að við getum ekki lært eitthvað um okkur sjálf. Þess vegna er ekki svo vitlaust að leita að lexíunni strax í upphafi, taka eftir merkjunum og takast á við hana. Ef samband þolir þau átök er það merki um að það gæti enst. Ef sambandið þolir ekki átökin, var tilgangurinn kannski bara að leysa eitthvað karma.

Því meira sem við erum búin að vinna í sjálfum okkur, því færri verða árekstrarnir í samböndum. Þegar við elskum okkur sjálf, löðum við að okkur manneskju sem einnig elskar sjálfa sig. Sambandið byggist þá ekki á því að báðir aðilar eru að leita eftir samþykki og ást, heldur eru báðir aðilar í sambandinu af skilyrðislausri ást og tilbúnir að gefa og þiggja.

Ástríða og þrá í garðs annars fólks er í raun skortur á sjálfsást. Við höldum að aðrir séu betri en við og ef þeir elska okkur hljótum við að vera einhvers virði. En virðið kemur aldrei utan frá. Það er alveg sama hversu margir segja okkur hvað við séum frábær, ef við trúum því ekki sjálf tökum við því bara sem hverju öðru skjalli.

Meðvirkni

Í æsku byrjum við að skynja tilfinningar annarra og okkar eigin. Sé heimilið öruggt og uppbyggjandi lærum við að tilfinningar okkar og langanir séu jafn réttmætar og annarra.

Einstaklingur sem hins vegar elst upp í umhverfi þar sem einn aðili stjórnar með ótta og yfirgangi og aðeins hans tilfinningar skipta máli, lærir að bæla eigin tilfinningar og langanir. Óttinn við hinn yfirgangssama yfirfærist á annað fólk og allt lífið og grefur undan sjálfstraustinu. Á fullorðinsárum á hann í mesta basli með að gera sér grein fyrir eigin líðan og getur grípið til ýktrar stjórnsemi eða undirlægjuháttar ef hann vinnur ekki með óttann.

Foreldri getur líka stjórnað öðrum á heimilinu með vanþóknun í orðum eða hunsun. Fyrstu viðbrögð okkar við vanþóknun annarra eru að fyllast skömm og leita ástæðna hjá sjálfum okkur: Hvað gerði ég rangt?

Börn eða einstaklingar sem upplifa mikla skömm og yfirgang hætta oft að hafa frumkvæði og telja sig ekki hafa neina stjórn á eigin lífi. Þau gætu fyllst vonleysi og svartsýni litað hugsunarhátt þeirra.

Hvatastöðin forritast af þeim samskiptamynstrum sem við lærum í æsku, þannig að við sækjum alltaf í það sama, þar til við endurforritum hvatastöðina. Hvaða samskiptamunstur lærðum við? Að álíta líðan annarra mikilvægari en okkar eigin? Að vera sífellt í vörn af ótta við að stöðu okkar sé ógnað? Eða stjórna öðrum á lymskulegan hátt með meiðandi athugasemdum eða óhóflegri gagnrýni og fullkomnunaráráttu?

Meðvirkni verður ekki bara til á heimilum þar sem áfengi er misnotað. Meðvirkni verður til þar sem annað foreldrið eða bæði taka ekki ábyrgð á eigin gjörðum, hegðun eða viðbrögðum og varpa ábyrgðinni á aðra í fjölskyldunni, til dæmis ef viðkomandi misnotar vald sitt gagnvart öðrum í fjölskyldunni, eða felur sig á bak við sjúkdóm eða lyfjaneyslu og hinir leitast við að fela ástandið fyrir umheiminum.

Meðvirkni lærist á heimili þar sem annað foreldrið var til dæmis þunglynt eða með geðsveiflur, þar sem alltaf þurfti að passa að íþyngja ekki því foreldri, eða þar sem allt miðast við þarfir langveiks eða fatlaðs systkins. Eins og alltaf erum við ekki að gagnrýna neitt, heldur eingöngu leita orsaka svo hægt sé að heila tilfinningar og vinna með samskiptamynstur.

Strangur faðir eða móðir skapar ótta og óöryggi hjá barni svo það þorir ekki annað en að gera það sem foreldrið segir því að gera. Ég hef fengið til mín í meðferð margar konur sem ólust upp hjá ströngum foreldrum, misstu algjörlega tengsl við eigin langanir og vita ekkert hvað þær langar til að gera á efri árum. Það tekur þær langan tíma að þora að rifja upp eigin langanir og láta þær eftir sér. Bara að leita til heilara var stórt skref fyrir þær.

Annað fólk kemur inn í líf okkar sem lærdómur. Ef við erum alltaf að hitta fólk sem veður yfir okkur og stjórnar með ótta og sektarkennd er það vísbending um að við þurfum að læra að spyrna á móti. Varnarleysi eða hjálparleysi er lærð hegðun og mótar einstaklinginn þar til hann lærir að standa á móti. Uppivöðslusama fólkið kemur inn í líf okkar sem tækifæri til að byggja upp hugrekki og styrk svo við getum svarað fyrir okkur.

Á sama hátt má spegla þá mjúku og óframfæru sem koma inn í líf okkar. Lærdómurinn er þá að valta ekki yfir þá. Ef okkur hættir til að stjórna öllu löðum við til okkar einstaklinga sem láta að stjórn. En slík ójafnvægissambönd verða sjaldnast hamingjusöm. Sá undirgefni safnar gremju yfir að mega aldrei gera það sem hann langar, á meðan sá stjórnsami verður gramur yfir að þurfa alltaf að gera allt og tuðar sífellt í hinum vanvirka. Sá stjórnsami þarf að læra að bakka og leyfa öðrum að bera eigin ábyrgð.

Stjórnsamir foreldrar ala oft af sér undirgefin börn eða að börnin verða líka stjórnsöm og samskipti einkennast af sífelldum stríðum um hver fær að stjórna. Stjórnsemi á upptök sín í óöryggi í rótarstöð og birtist í hvatastöð í samskiptum okkar við annað fólk. Þeir stjórnsömu þurfa að læra að finna eigið öryggi og sleppa tökum á aðstæðum og öðru fólki.

Að sleppa tökum er að leyfa öðrum að gera mistök. Það er eðlilegt að gera mistök, það er hluti af lífinu og þannig lærum við. Fólk verður því að fá að gera sín eigin mistök og læra sjálf. Fyrir utan að það sem við myndum álíta mistök, eru ekki endilega mistök fyrir þann sem tók ákvörðunina.

Ef hvatastöðin er í jafnvægi getum við gert það sem okkur langar og skapað það sem við viljum án þess að óttast höfnun samfélagsins. Ef hún er hins vegar í ójafnvægi þorum við ekki að fylgja eigin löngunum af ótta við höfnun eða viðbrögð annarra.

Meðvirkur einstaklingur þarf að læra á tilfinningar sínar upp á nýtt og finna út hverjar hans langanir og þrár eru.

Sektarkennd

Sektarkennd þýðir að okkur finnst við skulda öðrum eitthvað. Einhver annar en við, til dæmis samfélagið, ákvað hversu oft við ættum að gera það sem við „skuldum", til dæmis heimsækja aldraða ættingja eða verja meiri tíma með börnunum.

Auðvelt er að finna til sektarkenndar gagnvart vinnunni ef okkur finnst við alltaf vera að svíkjast um þegar við þurfum að sækja fundi í skóla barnanna eða fara í leikfimi í hádeginu. Ef yfirmaðurinn eða einhver samstarfsaðili lítur á okkur, jafnvel á mjög saklausan hátt, finnum við sektarkenndina blossa upp og við missum orku. Það þarf ekki meira en að líta á verkefnabunkann til að fylla okkur af sektarkennd, yfirþyrmandi þreyta hellist yfir okkur og við þurfum að hella í okkur kaffi til að koma okkur að verki. Eða fá okkur sætindi til að deyfa leiðindin yfir verkefnunum og eftir daginn er orkan algjörlega búin.

Rannsóknir hafa sýnt að flestar konur eiga erfitt með að samþætta vinnu og einkalíf án þess að finna til sektarkenndar. Á meðan samfélagið krefst þess að átta tíma vinnudagur sé normið, verður erfitt að samhæfa vinnu og einkalíf.

Flestir slugsa í vinnunni í einhverja tíma á dag, skoða eitthvað skemmtilegt á netinu, eða spjalla við vinnufélagana. Ef við breytum viðmiðinu þannig að við vinnum stíft í fimm eða sex tíma og förum svo heim, fyrir sömu laun, er miklu auðveldara að mæta þeim kröfum. Ef vinnuálagið er of mikið þá þarf að ráða fleira fólk. Við eigum ekki að fórna okkur fyrir vinnuna og það er miklu betra fyrir samfélagið að fleiri vinni í skemmri tíma, heldur en færri í lengri tíma.

Konur sem vinna fullan vinnudag, gætu fyllst sektarkennd yfir að sinna ekki börnunum nógu vel, eða heimilinu, að baka ekki kökurnar sjálfar eða brauðin og vera ekki með eigin matjurtagarð í garðinum. En konur þurfa ekki að gera allt. Sumar konur baka listilega fallegar kökur, aðrar konur prjóna peysur, enn aðrar konur rækta grænmeti í garðinum og enn aðrar konur hlaupa maraþonhlaup eða

56

stunda fjallgöngur. En við hinar höldum að þetta sé allt ein og sama konan: Ofurkonan sem gerir allt, og okkur finnst við gjörsamlega misheppnaðar í samanburði við hana. Staðreyndin er að við höfum allar eitthvað og við þurfum ekki að vera fullkomnar. Þegar við losnum undan því oki að þurfa að vera fullkomnar gufar sektarkenndin upp.

Karlmenn geta að sjálfsögðu líka fundið til sektarkenndar gagnvart heimili eða vinnu og eftir því sem vinnudagurinn styttist almennt verður auðveldara fyrir bæði konur og menn að losna við þessa tilfinningu.

Við getum líka verið með sektarkennd gagnvart sjálfum okkur, að fara ekki nógu oft í ræktina, að borða of mikið súkkulaði, að drekka of mikið, að eyða of miklum tíma í tölvunni á kvöldin. Við höfum ákveðnar hugmyndir um hvernig við viljum líta út eða hafa lífið og þegar okkur tekst ekki að mæta eigin væntingum fyllumst við sektarkennd.

Sektarkennd sest í hvatastöðina og dregur frá okkur orku svo í stað þess að nota orkuna í að framkvæma það sem okkur langar til, notum við orkuna í að hafa áhyggjur af því sem við erum ekki að gera.

Það þarf viðhorfsbreytingu til að losna við sektarkennd. Búðu þér til nýtt viðmið. Í stað þess að sefa sektarkenndina með enn meiri óhollustu, vandaðu valið í þau fáu skipti þegar þú gerir vel við þig. Í stað þess að háma í þig ódýrt súkkulaði sem er fullt af óhollri fitu og sykri, fáðu þér þá lífrænt dökkt súkkulaði. Þar með færðu kakóið sem líkaminn kallar á, en ekki óhollustuna sem fylgir ódýra sælgætinu og þarft miklu minna til að fullnægja kakóþörfinni.

Í stað þess að dvelja í sektarkenndinni um hversu lítinn tíma þú eyðir með fjölskyldunni, taktu frá tíma til að gera eitthvað saman.

Hver er ástæðan fyrir því að þú heimsækir ekki gömlu frænkuna jafn oft og þú ættir? Er það kannski vegna þess að hún er alltaf að barma sér eða lítillækka þig, svo þér líður alltaf illa þegar þú ferð frá henni? Er það þess virði að hafa sektarkennd?

Ótti við viðbrögð annarra

Ef rótarstöðin er veikbyggð og við álítum okkur ekki velkomin og minna virði en aðrir, hefur það áhrif upp í hvatastöð sem ótti við viðbrögð annarra. Við verðum hrædd við að aðrir reiðist eða skammi, hunsi eða útiloki okkur og því gerum við allt til að halda þeim góðum og aðlögum okkur að því sem við höldum að þeir vilji.

Við þorum ekki að vera við sjálf og lokum á eigin þarfir og langanir og fylgjum frekar öðrum til að uppfylla þeirra þarfir og langanir. Til að losna við meðvirkni verðum við því að losna við þennan ótta.

Það gerum við einungis með því að ákveða að viðbrögð annarra séu þeirra vandamál. Við berum ábyrgð á okkar viðbrögðum, aðrir á sínum viðbrögðum. Ef einhver kýs að hætta að umgangast okkur þegar við erum orðin sterk og við sjálf, er það þeirra missir. Samskiptin voru þá greinilega ekki á jafningjagrunni til að byrja með. Sumir vilja bara umgangast þá sem þeir nærast á, einhverja sem þeir geta fengið orku frá. Þegar við hættum að leka orkunni, finna þeir enga löngun til að umgangast okkur lengur. Það er fínt, því þá höfum við meiri orku til að finna nýja vini eða elskendur sem nærast ekki á orku frá okkur.

Sumir hafa upplifað svo mikla höfnun að þeir útiloka sig sjálfir frá samfélaginu til að þurfa ekki að upplifa meiri höfnun. Þeim er sama þótt þeir steli eða særi annað fólk, því sjálfum líður þeim illa og fela vanlíðanina undir siðblindu og kæruleysi, drykkjuvímu og stærilátum. Margir þeirra sem gista fangelsin ólust upp við ömurlegar aðstæður og kunna ekki aðra leið út úr sársaukanum.

Það er nauðsynlegt að hreinsa út hræðilegar minningar og áföll því annars hafa þau áhrif á allt okkar líf. Viðhorfið hjá sumum meðferðarstofnunum er að heilt ár þurfi að líða frá því að fólk verði edrú þar til það er orðið nógu sterkt til að takast á við áföllin. Það er hins vegar ekki hægt að ætlast til þess að fólk verði edrú án þess að takast á við áföllin. Fólk drekkur eða notar lyf til að gleyma áföllum eða bæla niður tilfinningar. Þegar fólk hefur ekki lengur áfengið eða lyfin til að halda minningunum niðri blossa þær upp og þá þarf að takast á við þær. Afvötnun verður því að bjóða upp á áfallameðferð á sama tíma og fólk fær aðstoð við að hætta að drekka og dópa.

Ótti í hvatastöð hefur ekki bara áhrif á sambönd okkar við annað fólk heldur hvort við leyfum okkur að gera það sem okkur langar. Ertu í vinnunni sem þig langar að vera í? Leyfirðu þér að skapa það sem þig langar eða ertu hrædd við hvað öðrum muni finnast? Leyfirðu draumunum að rætast eða er tíminn aldrei réttur?

Sektarkennd og ótti við viðbrögð annarra opnar fyrir orkuleka. Ég vil ekki orða það þannig að aðrir sjúgi frá okkur orkuna, heldur vil ég frekar segja að við leyfum öðrum að taka frá okkur orkuna. Það er eins og við opnum innstungu sem viðkomandi getur stungið í samband og fengið eins mikla orku og hann kærir sig um. Hann getur gjörsamlega þurrkað alla orkuna út svo við verðum dauðuppgefin eftir samskipti við þennan einstakling.

Mikilvægt er að aftengja leiðslur við annað fólk úr hvatastöðinni. Sumir eru smeykir við að taka sína nánustu úr sambandi og finnst að þeir séu þá að svíkja þá.

En það er miklu betra að geyma þá sem okkur þykir vænt um í hjartanu, heldur en í hvatastöðinni, því annars setjum við aðra ofar okkur í virðingarröðinni.

Það skiptir máli að taka aðra úr sambandi úr hvatastöðinni. Við viljum ekki tengjast okkar nánustu í gegnum sektarkennd eða ótta. Þá er eitthvað að.

Lymskuleg stjórnsemi

Ójafnvægi í hvatastöð getur birst í ýktri þörf fyrir að stjórna umhverfinu og öðru fólki með valdi, peningum eða tilfinningum. Stjórnsemin endurspeglar hræðslu við að missa tökin, missa stjórnina og verða stjórnað af öðrum, hræðslu við að verða háð einhverjum, verða svikin eða hafnað.

En fólk getur stjórnað öðrum með fyrirlitningu, vanþóknun, hunsun og fýlu sem særir alveg jafn mikið og líkamlegt ofbeldi. Ein manneskja getur auðveldlega brotið alla fjölskylduna niður með neikvæðum athugasemdum eða þögn, svo hinir verða undirgefnir og missa trú á eigin getu. Öll fjölskyldan verður meðvirk með hinum stjórnsama. Ef hann er glaður eru allir hinir glaðir. Ef hann er í erfiðu skapi læðast hinir á tánum til að espa hann ekki upp.

Lymskuleg stjórnsemi (e. passive aggressive behaviour) er í raun vanmetakennd sem brýst út í því að lítillækka aðra eða ásaka. Innbirgð gremja leitar út á óbeinan hátt t.d. með þrjósku, baktali, hunsun eða fýlu eða á beinan ágengan hátt, t.d. með reiðiköstum eða ofbeldi.

Viðkomandi notar tvíræðni og dulda meiningu til að fylla aðra óöryggi og breiða yfir eigið óöryggi. Hann gagnrýnir aðra beint og óbeint og beinir athyglinni að því sem miður fer. Í vinnunni þorir hann ekki að segja neitt við yfirboðara sína, heldur beinir gremjunni að samstarfsfólki þegar yfirmaðurinn heyrir ekki eða maka þegar heim er komið. Hann öfundast út í og fyllist gremju gagnvart þeim sem vegnar vel. Ef hann gengur yfir strikið og missir tak sitt á öðrum reynir hann að ná því aftur með iðrun eða réttlætingum. Best líður honum þegar öðrum líður illa og þannig nærist hann á vanlíðan annarra.

Sumir eru ómeðvitaðir um þetta og kunna enga aðra leið fyrir óánægjuna sem kraumar undir niðri. Í stað þess að nota orkuna sem fylgir reiði til að breyta ástandinu, tuða þeir án þess að taka ábyrgð og finnst að allir aðrir ættu að breytast, en ekki þeir sjálfir.

Lymskuleg stjórnsemi eitrar samskipti og best er að útrýma henni alveg úr samfélaginu. Þú getur lesið meira um þessa hegðun í bókinni *Finndu styrkinn til að gera það sem þú vilt.*

Kynorkustöðin

Sumir aðgreina kynorkustöðina frá hvatastöðinni og segja að hún sé örlítið fyrir neðan hvatastöðina. Fiðringur í kynorkustöð bendir til kynferðislegt áhuga.

Stundum eru það ekki endilega við sem höfum áhugann, heldur annað fólk sem sendir strauma í okkar stöð frá þeirra. Þessi fiðringur kveikir á kynlöngun okkar og þess vegna finnum við stundum til kynferðislegar löngunar þótt við löðumst alls ekki að fólkinu sjálfu. Með því að gera sér grein fyrir þessu getum við staðist freistinguna að falla fyrir fólki sem við vitum að passar ekki fyrir okkur.

Fólk getur verið snillingar í að tengjast kynorkustöð annarra. Í raun er hægt að tengjast öðrum í gegnum kynorkustöðina einfaldlega með því að ímynda sér kynlíf með hinum aðilanum. Ef hinn aðilinn er með opna stöð er leiðin greið.

Þegar rótarstöðin þroskast ekki eðlilega vegna aðstæðna í bernsku leitar fólk annarra aðferða til að finna til öryggis. Til dæmis í gegnum kynorkustöðina með kynlífi. Fólk notar þá kynlíf til að uppfylla þarfir sínar fyrir öryggi og samþykki annarra. En þegar kynlífið er búið er engin tenging sem tekur við og þá er ekkert eftir.

Sumir þurfa alltaf staðfestingu á að vera aðlaðandi fyrir hitt kynið þótt þeir séu í hjónabandi eða sambandi. Eins og virði þeirra sé mælt í hversu margar konur eða karlar laðast að þeim og því leita þeir eða þær sífellt eftir athygli utan sambandsins. Það er eins og sumir séu með radar á aðra í sömu sporum og þegar þessir tveir einstaklingar mætast, horfast þeir í augu og finna straumana skjótast niður líkamann. Þannig upplifa þeir sig eftirsóknarverða og sjálfsmatið eykst.

Það er stutt í að lítil augnatillit og straumaskot niður í kynorkustöð þróist í framhjáhald. Þetta er ekki ást, heldur bara yfirborðskennd staðfesting á að viðkomandi sé einhvers virði. Þarna spilar inn í ótti við djúpar tengingar. Fólk þorir ekki að tengjast makanum djúpt af ótta við höfnun, en finnst öruggara að mynda svona skammtímatengingar við ókunnuga.

Það er best að allar orkustöðvar séu með þegar fólk stundar kynlíf. Traust og tenging gagnvart elskhuganum byrjar í rótarstöðinni. Samþykki gagnvart sjálfum okkur og elskhuganum styrkir sólarplexus svo ást og kærleikur geti streymt úr hjartastöðinni. Með hálsstöðinni tjáum við óskir og langanir í sambandi við kynlífið. Kynorkan dreifist þannig niður í rótarstöð og upp eftir öllum orkustöðvunum upp í heila í allsherjar fullnægingu.

Uppsöfnuð skömm og sektarkennd geta komið í veg fyrir að orkan streymi í gegnum hvatastöðina og fullnæging náist. Væntingar egósins geta líka stöðvað flæðið í sólarplexus. Þegar egóið stundar kynlíf er það til þess að fá eitthvað út úr því, til dæmis samfélagslega viðurkenningu á að eiga flottan bólfélaga.

Því sáttari sem við erum með okkur sjálf, því kynþokkafyllri erum við. Til hvers að hafa áhyggjur af appelsínuhúð eða slappri húð eða keppum þegar það er nákvæmlega það sem gerir okkur mannleg og þar með munúðarfull. Það er meiri munúð í mýkra holdi heldur en beinaberu. Njótum þess bara að vera nógu mjúk til þess að hnoðast saman í stað þess að vera alltaf að kveinka sér þegar húð klemmist á beini.

Sumir hugsa meira um hvernig þeir standa sig, heldur en að njóta kynlífsins. Kynlíf á ekki að vera keppni um hver stendur sig best eða er fljótastur að fá fullnæginguna. Kynlíf á að vera margra klukkutíma æfing í að njóta og vera saman, miklu lengur en sjálfar bólfarirnar. Kynlíf á að gera fólk nánara, þjappa pörum betur saman. Einhvers staðar las ég að djúpt samband byggist á því að vita leyndarmál hvors annars. Djúpt samband byggist vissulega á því að hleypa öðrum inn að kviku og það á líka við um kynlífið.

Sumir nota kynlíf til að losa um spennu. Spenna er orka sem hægt er að nota til góðs. Með því að nota alltaf kynlíf til að hleypa henni út erum við ekki að nota orkuna eins og skyldi. Spenna orsakast af uppsöfnuðum tilfinningum eins og gremju, pirringi, sektarkennd, skömm, reiði og leiða. Það er ástæða fyrir því að þessar tilfinningar komu upp. Gremjan heldur áfram að koma ef ástandið lagast ekki og þá þarf alltaf að vera að stunda kynlíf til að tappa af. Fyrir utan að kynlíf í sambandi sem stendur tæpt er ekki gott fyrir sjálfsmyndina og getur skapað enn meiri togstreitu og uppsafnaðar tilfinningar.

Það er hægt að fá fullnægingu án þess að stunda kynlíf, andlega fullnægingu. Kynorkan er þá mögnuð upp í hvatastöðinni með því að anda djúpt, klemma saman grindarbotnsvöðvana, sjá fyrir sér orkuna eins og öldur eða goshver, sem magnast þar til hún skýst upp í höfuð.

Hvatastöðin endurspeglar líka viðhorf okkar til kynlífs. Er kynlíf bannað nema þegar búa á til börn? Má sofa hjá hverjum sem er? Mega strákar sofa hjá mörgum en ekki stelpur? Mega stelpur sofa hjá fyrir hjónaband? Sum viðhorf stangast á og skapa togstreitu í orkustöðinni, eins og til dæmis að góðar stelpur sofa ekki hjá, en aftur á móti finnst stelpum kannski þær þurfa að sofa hjá til að falla í kramið. Og eru mörk á milli munúðarfullu gyðjunnar og druslunnar?

Kynlíf getur líka verið vandmeðfarið. Að láta undan kynlífi þegar maður vill það ekki sjálfur skapar stíflur í hvatastöðinni. Alveg eins og kynlíf getur verið samruni tveggja sálna sem treysta hvort öðru fullkomlega, getur það líka verið misbeiting valds og afleiðing hjálparleysis. Kynlíf til að halda hinum aðilanum góðum eða til að hafa frið í sambandinu, vekja upp alls konar tilfinningar eins og ótta, vonbrigði, skömm og sorg sem sitja sem fastast í hvatastöðinni. Þessar orkustíflur eru eins og sár sem alltaf er verið að kroppa ofan af, svo þau ná aldrei að gróa.

Hjartað þarf að vera með í kynlífinu til að það myndist ekki sár í kynorkustöðinni. Fólk getur haft mismunandi styrkleika og verið ólíkt, en það verður að vera valdajafnvægi milli aðila.

Sársauki tengdur kynlífsreynslu geymist í hvatastöð eða kynorkustöð. Ef kona eða maður verður fyrir nauðgun eða kynferðislegri misnotkun, situr eftir sársauki, ótti og skömm sem myndar stíflur í orkustöðinni. Mjög oft komum við með reynslu tengda kynlífi úr fyrri lífum inn í þetta líf. Til dæmis eru margar konur með mikla skömm gagnvart eigin líkama vegna aðstæðna úr fyrra lífi. Það getur verið allt frá því að hafa verið skírlíf nunna og kynlíf talið saurugt, til þess að kynfærin hafi verið umskorin. Margar konur hafa verið ambáttir í einhverju lífi og eru kannski að vinna úr því.

Ef þú hefur lent í kynferðislegu ofbeldi er mikilvægt að þú leitir þér hjálpar hjá þeim sem geta hjálpað. Því miður veit ég um konu sem lenti í kynferðislegri misnotkun sem barn og þegar áfallið kom upp á yfirborðið nýlega fór hún í þunglyndi og eina ráð læknanna (á Íslandi) var að gefa henni rafstrauma, fyrir utan geðlyf sem hjálpa ekkert við að losa um sársauka. Ég hélt að við hefðum fyrir löngu hætt að gefa rafstraum við geðrænum sársauka, því hvernig í ósköpunum getur rafstraumur heilað sár á sálinni. Leitaðu þér hjálpar hjá Stígamótum eða hjá heilara eða öðrum meðferðaraðila sem vinnur með orku. Það eru góðir meðferðaraðilar sem vinna sérstaklega með konur sem hafa orðið fyrir kynferðislegri misnotkun.

Síðustu þúsundir ára hefur konum verið haldið niðri með alls kyns ofbeldi, ótta og fordómum og því er mjög líklegt að flestar konur komi með einhverjar flækjur inn í þetta líf. Verkefni okkar hér er því að greiða úr þessum flækjum, samþykkja kvenleikann og kynþokkann á ný og finna styrk kvenorkunnar á ný.

Kirtlar hvatastöðvar

Kynkirtlar, eggjastokkar og eistu, eru kirtlar hvatastöðvar. Þeir framleiða hormón, mismunandi eftir kynjum, sem breyta líkamanum úr barnslíkama í fullorðins.

Kynhormónin hafa mikil áhrif á taugakerfið. Fyrst þegar þau byrja að streyma, verða unglingar viðkvæmari, upptrekktir, gjarnir á að upplifa skömm og jafnvel harðskeyttir gagnvart foreldrum. Þetta er allt eðlilegt og hluti af því að aðgreina sig frá foreldrum. Unglingar eru að finna sjálfan sig, hvað gerir þá sérstaka, en samt þrá þeir ekkert heitara en að vera eins og allir hinir.

Þótt hvatastöðin byrji að þroskast um þriggja ára aldur fara kynkirtlarnir ekki af stað fyrr en heiladingull gefur leyfi. Þannig þroskast orkustöðvarnar hver á fætur annarri og gefa einstaklingnum færi á að byggja upp sjálfsmynd, sjálfstraust, kærleika og tjáningu áður en kynþroskinn gengur í garð.

Hvatastöðin hefur líka áhrif á blöðruhálskirtilinn hjá karlmönnum. Með aldrinum vill blöðruhálskirtillinn þrútna út og þrengja að þvagrásinni sem hann umlykur. En þetta þarf ekki að gerast. Með því að hreinsa reglulega orkuna í hvatastöðinni er hægt að halda honum heilbrigðum og ferskum. Það er svo oft sem karlmenn festast starfi eða einhverri rútínu og hætta að hugsa um hvað þá langar til að gera, svo hvatastöðin koðnar niður. Einn daginn vakna þeir og átta sig á að þeim finnst lífið orðið hundleiðinlegt. Sumir halda að svarið sé fólgið í því að skipta um konu eða kaupa nýjan bíl í von um að finna aftur hamingjuna, en í raun er miklu betra að finna sjálfan sig fyrst.

Konur upplifa svipað í kringum tíðahvörf eða þegar börnin eru farin að heiman. Þá fá þær tækifæri til að endurskoða lífið, hreinsa út óþarfa tilfinningar og leita inn á við. Því meira sem konur hreinsa út því auðveldari verða tíðahvörfin. Skapsveiflur eru í raun bara merki um óþægilegar minningar og tilfinningar sem við höfum ekki haft kjark eða tækifæri til að losa og sleppa. Fyrir hvern pirring eða hitakóf sem þú upplifir, hugsaðu þá að þetta sé tilfinning að koma upp á yfirborðið og nú sé tækifærið til að sleppa og leyfa henni að fljúga upp í kærleikann.

Appelsínugulur

Litur hvatastöðvarinnar er appelsínugulur og til að örva hana og heila er gott að vera í einhverju í þeim lit eða hafa appelsínugulan kristal í buxnavasanum eða heima hjá þér.

Appelsínugulur er mjög skapandi litur og þess vegna er tilvalið að hafa hann í eldhúsinu, þar sem maturinn er eldaður. Best er að velja bjartan og hreinan appelsínugulan lit, ekki muskulegan.

Eitt sinn var ég með appelsínugulan lit á veggnum fyrir aftan eldavélina og óhætt er að fullyrða að mér hafi farið mikið fram í eldamennsku. Ég var óhrædd við að gera alls kyns tilraunir, blanda saman uppskriftum og skipta út hráefnum fyrir önnur og alltaf með góðum árangri. Ólíkt því þegar ég var barn og fékk þá frábæru hugmynd að setja bláan matarlit út í kvöldmatinn. Það mæltist ekki vel fyrir og ég held ég hafi lítið eldað eftir það þar til ég fékk þetta dásamlega appelsínugula eldhús.

Appelsínugulur er bjartur og glaðlegur litur og getur hjálpað okkur að losna við ótta og hamlanir í lífinu. Liturinn getur hjálpað þeim sem eiga erfitt með að höndla áskoranir og óvænt tækifæri, því hann víkkar út hugann og hleypir nýjum hugmyndum inn.

Liturinn stuðlar að friði, jafnvægi, tengingu, fordómaleysi og umburðarlyndi og höfðar því til allra samfélagshópa. Appelsínugulur getur líka hjálpað gegn ótta við að sinna daglegum erindum eins og að kaupa í matinn og fara út á meðal fólks. Vegna þessa eru svo margar stórverslanir með appelsínugult í umbúðum og merkjum.

Appelsínugulur hristir upp í fólki en hvetur á sama tíma til samvinnu eftir óhefðbundnum leiðum, þar sem markmiðið er að finna nýjar og skapandi lausnir frekar en að samþykkja blint fyrirframgefnar lausnir. Að sjá allar hliðar á hverju máli.

Liturinn getur hjálpað þeim sem glíma við vanvirkni og þunglyndi með því að örva þá og gefa þeim hugrekki til að takast á við verkefnin. Hann víkkar út hugann og hleypir inn nýjum hugmyndum þegar fólk er statt í þráhyggju.

Appelsínugulur er eins og brú milli hugar og líkama, þar sem hann er sambland af gulum og rauðum. Gulur er fyrir hugann og rauður fyrir líkamann. Appelsínugulur er góður til að finna jafnvægið þarna á milli, þannig að við dveljum til dæmis ekki bara í huganum og gleymum líkamanum, eða beinum allri athyglinni að dýrkun líkamans og gleymum huganum.

Appelsínugulur er að sjálfsögðu frábær í öllu sköpunarferli og hjálpar til við að nýta hugann til að sjá fyrir okkur lausnir og hið efnislega til að þróa eða úthugsa aðferðirnar. Þess vegna er þetta góður litur fyrir auglýsingastofur eða vinnustofur skapandi greina.

Ef hvatastöðin nær að þroskast eðlilega á barnsaldri getum við haldið áfram og þroskað með okkur heilbrigða sjálfsmynd í sólarplexusinum.

Heilun hvatastöðvar

Hvatastöðin er ástríðustöðin, uppspretta tilfinninga, sköpunar, nautnar og kynþokka. Til að heila hvatastöðina er nauðsynlegt að gera sér grein fyrir eigin samskiptamynstrum og hætta allri meðvirkni. Finndu þínar eigin langanir og þrár. Gerðu eitthvað skapandi, skiptir ekki máli hvað. Prófaðu að dansa, mála, syngja, skrifa eða búa til hluti. Hittu fólkið sem þig langar að umgangast og samþykkir þig eins og þú ert. Ef þú ert ósátt(ur) við sjálfa þig eftir að hafa varið tíma með vinum þarftu að finna þér aðra vini.

Hvatastöðin snýst um að taka sénsa, skapa og sleppa þörf fyrir að stjórna útkomunni. Þótt allt fari ekki eins og við ætluðum er útkoman yfirleitt betri en við bjuggumst við, þ.e. ef við sleppum.

Samfélagsleg gildi eins og að "halda andlitinu", "láta ekki tilfinningarnar hlaupa með sig í gönur" eða „ekki sýna tilfinningar því það er svo ófagmannlegt" eru óholl fyrir hvatastöðina, því þar með missum við tenginguna við líkamann og tilfinningar. Líkami og tilfinningar eru hluti af því að vera mannleg hér á jörð. Með því að afneita því erum við að afneita stórum hluta af okkur sjálfum. Tilfinningarnar flytja okkur mikilvæg skilaboð og einungis með því að viðurkenna þær meðtökum við þessi skilaboð.

Rótarstöðin snýst um jarðtengingu og að vera til. Hvatastöðin snýst um að njóta þess að vera í líkama með tilfinningar og finna unað, ástríður, gleði og eftirvæntingu og nota líkamann og jarðvistina til að skapa og dreyma, þrá og finna langanir sem við leitumst við að uppfylla. Hún snýst um sátt við eigin líkama, að bæði konur og karlar finni jafnvægi milli kvenorku og karlorku og leyfi sér að njóta sambands við annað fólk, læri að treysta og leyfi orkunni að flæða.

Staðhæfingar fyrir hvatastöð

Ég leyfi mér að vera kona/karlmaður

Ég leyfi mér að vera kynþokkafull

Ég hlusta á tilfinningar mínar og nota þær uppbyggilega

Ég sleppi ótta og leyfi draumum mínum að rætast

Ég sleppi sektarkennd og skömm

Ég samþykki kynhneigð mína

Ég sleppi tilfinningum tengdum kynferðislegum áföllum úr fortíðinni

Ég samþykki líkama minn eins og hann er

Ég leyfi draumum mínum að rætast

Ég má uppfylla langanir og þrár

Ég þarf ekki að borða til að líða vel

Ég þarf ekki að drekka áfengi til að líða vel

Ég er skapandi og er alltaf að skapa eitthvað sem færir mér gleði

Sambönd við annað fólk færa mér gleði

Ég laða að mér fólk sem styður mig og elskar mig skilyrðislaust

SÓLARPLEXUS

Litur: Gulur

Staðsetning: Fyrir ofan mitti og neðan bringubein

Mótast af: Sjálfsmynd og speglun samfélagsins

Kirtill: Bris

Líkamleg áhrif: Magi, taugakerfi, bris, þind, lifur, gallblaðra og önnur líffæri á þessu svæði

Stærsta verkefnið: Að losna við skömm og ótta við að mistakast

Mantra: Ég er sterk(ur) og frábær og ég samþykki mig eins og ég er

SÓLARPLEXUS

FRAMKVÆMDAELDURINN

Sólarplexus byrjar að mótast um 5-6 ára aldur þegar sjálfsmyndin verður til. Barnið leitar eftir staðfestingu á að það sé nógu gott hjá foreldrum og systkinum, ættingjum, vinum og kennurum. Allt nánasta umhverfi barnsins mótar sjálfsmyndina og þar með sjálfstraustið.

Sólarplexus er miðstöð viljans. Hvatastöðin lætur sig dreyma en sólarplexusinn notar viljann til að láta draumana rætast. Orkustöðin endurspeglar þannig eigin styrk, sjálfsöryggi, ábyrgðarkennd og traust.

Sólarplexus er heilbrigður hjá einstaklingi sem er jákvæður, bjartsýnn, sjálfsöruggur og glaður, hefur skopskyn og sjálfstjórn án þess að reyna að stjórna öðrum, þyrstir í meiri þekkingu, hefur vitsmunalegan þroska og á auðvelt með samræður á jafningjagrundvelli.

Nafn orkustöðvarinnar dregur nafn sitt af aragrúa tauga (plexus þýðir flétta á latínu) sem liggja út úr mænunni fyrir aftan maga. Fyrri hluti nafnsins „solar" vísar til þeirrar orku sem streymir frá „fléttunni" út um allan líkama. Orkustöðin er í raun miðpunkturinn í okkur, miðstöð ósjálfráða taugakerfisins, eins og sólin er miðpunktur sólkerfis okkar, og án þessarar orku myndi hjartað ekki slá, blóðið ekki streyma um æðarnar og lungun ekki anda.

Líkamleg áhrif

Sólarplexus hefur áhrif á meltingarkerfið og öll líffæri á þessu svæði svo sem maga, bris, skeifugögn, lifur og gallblöðru. Magabólgur og hvers kyns meltingarsjúkdómar, sár á skeifugörn, sykursýki, gallsteinar og iðraólga eiga því öll rætur að rekja til stíflna í orkustöðinni. Hröð brennsla í líkamanum bendir til þess að sólarplexus sé ofvirkur á meðan hæg brennsla bendir til þess að orkustöðin sé vanvirk.

Sólarplexusinn hefur líka áhrif á taugakerfið, þindina og öndunina sem eru samtengd. Öndunin er ekki bara til að metta súrefnisþörf líkamans heldur drögum við til okkar lífsorku sem taugakerfið nærist á. Lífsorkan flyst með önduninni í gegnum þindina inn í taugakerfið og dreifist þaðan út í líkamann. Þess vegna er mikilvægt að anda alveg niður í þind.

Þegar við erum stressuð eða stöndum frammi fyrir stóru verkefni sem reynir á sjálfstraustið er tilhneiging til að anda grunnt. En með því einmitt að anda djúpt alveg niður í þind, aukum við orku sólarplexus, róum taugakerfið og sjálfstraustið eykst.

Rólegt taugakerfi er forsenda fyrir því að okkur líði vel. Þess vegna skiptir máli að forðast kaffi og áfengi sem erta taugakerfið, sem og að borða hollan mat til að létta á meltingarkerfinu.

Vefjagigt má meðal annars rekja til þess að taugakerfið starfar ekki eins og það ætti. Þegar við erum undir andlegu álagi minnkar starfsemi þess tímabundið og ef álagið er viðvarandi skerðir það starfsemina til lengdar. Andlegt álag í lengri tíma og áföll geta þannig valdið vefjagigt. Því er mikilvægt að meðhöndla áföllin og tilfinningarnar, í stað þess að úrskurða að manneskjan sé dæmd til að vera með vefjagigt það sem eftir er lífsins. Ég er sannfærð að hægt sé að draga stórlega úr einkennum vefjagigtar með heilun þar sem unnið er markvisst með að hreinsa staðnaða tilfinningaorkuhnoðra úr líkamanum.

Einstaklingar sem geyma mikla niðurbælda reiði, eru viðkvæmari fyrir lifrarbólgu, skorpulifur, og krabbamein í lifur, ef þeir drekka áfengi.

Vitað er að stress, áhyggjur og langvarandi ótti veldur magabólgum og jafnvel magasári. Við finnum það sjálf að maginn verður grjótharður þegar við erum stressuð, orkan stíflast og myndar kjöraðstæður fyrir ofaukinn bakteríuvöxt.

Áhrifa sólarplexus getur líka gætt á hryggjarliðum fyrir ofan mitti. Ef þú glímir við brjósklos er miklu betra að hugsa hvaða tilfinningar og viðhorf þú geymir í sólarplexus úr þessu lífi eða fyrra og vinna í því, heldur en að detta ofan í sjálfsvorkunn og vonleysi sem engu skilar nema óbreyttu ástandi eða verra.

Allur sársauki á þessu svæði er vísbending um að eitthvað sé stíflað í sólarplexus og tækifæri til að skoða sjálfsmyndina. Erum við sátt við eigið líf eða erum við föst í aðstæðum sem við erum ekki sátt við? Gerum við eitthvað sem okkur þykir skemmtilegt eða erum við að drukkna í leiðinlegum verkefnum? Erum við skaparar eigin lífs eða er lífið bara skyldur og vesen?

Reiði

Reiði er ekki slæm tilfinning, heldur nauðsynleg þegar við erum í aðstæðum sem við þurfum að takast á við. Hún á að gefa aukinn kraft til að svara þegar einhver veður yfir okkur. Svarið þarf alls ekki að vera ókurteist eða ofbeldisfullt, en það er mikilvægt að láta vita að aðrir geti ekki vaðið yfir okkur.

Börn hafa ekki vald til að breyta aðstæðum sínum og ef þau hafa ekki tækifæri til að tjá sig, munu tilfinningar eins og ótti, reiði og vonbrigði snúast inn á við í vanmátt og hjálparleysi. Reiði er þannig kæfð þegar ekki er hægt að nota hana uppbyggilega til að breyta aðstæðum eða hún safnast upp í ólgandi eldfjall sem getur brotist út þegar síst varir.

Það er eðlilegt að vera hræddur við reiði ef einstaklingur ólst upp við að foreldri lét reiðina bitna á öðrum. Hann bælir þá frekar reiðina heldur en að viðurkenna hana. En niðurbæld reiði getur brotist út með offorsi og hættan er að segja eitthvað sem við hefðum ekki viljað segja. Það er hægt að vinna smám saman á reiði með því leyfa henni að koma upp á yfirborðið í öruggu umhverfi, til dæmis í göngutúr, heilun eða hugleiðslu.

Til dæmis geturðu í hugleiðslu ímyndað þér að þú opnir hurð að herbergi sem táknar sólarplexusinn og mokar út öllu sem táknar reiði fyrir þér, s.s. mykju, kolum, sandi eða steinum. Þú mokar hverju hlassinu á fætur öðru í hjólbörur eða vörubíl og keyrir í burtu. Þannig seturðu ásetninginn í að létta á reiðinni og getur hreinsað hana út sjálf(ur).

Þegar ég var í uppnámi eftir eitthvað atvik og vildi hreinsa tilfinningarnar út, fór ég út að ganga og þuldi upp allt sem ég gæti mögulega verið reið út í. „Ég er reið vegna þess að ... (nafn persónu)/ ... (hvað hún gerði)". Þegar ég hitti á rétt fann ég hvernig reiðin blossaði upp og ég leyfði mér að vera reið eins lengi og þurfti. Svo hugsaði ég um hvað ég vildi segja við þessa manneskju. Næst þegar ég hitti manneskjuna var hafði reiðin sjatnað nógu mikið til að ég missti mig ekki og þurfti bara að finna hugrekki til að segja það sem mig langaði að segja.

Þegar við vinnum jafnóðum með reiðina hjálpar hún okkur að segja til þegar okkur mislíkar. Reiði er því fullkomlega eðlileg tilfinning, en er eins og salat, geymist ekki vel, heldur er best að nota strax.

Að svara fyrir sig er hjá mörgum talið ókurteisi og álitið betra að kyngja bara reiðinni og láta eins og þetta snerti okkur ekki neitt. En reiði sem er bæld á þennan máta sest einhvers staðar og samkvæmt austrænni speki fer hún beint í lifrina.

Ein af afleiðingum ofdrykkju er skorpulifur. Ýmsar ástæður eru fyrir því að fólk drekki áfengi, en algengast er að fólk drekki of mikið til að bæla niður einhverjar erfiðar minningar, tilfinningar eða kenndir, oft úr æsku. Rannsóknir hafa sýnt að meirihluti kvenna sem glíma við ofdrykkju hafa lent í kynferðislegu ofbeldi og/eða misnotkun og ég tel að það eigi líka við um marga karlmenn. Lengi vel gerði samfélagið þá kröfu til karlmanna sérstaklega, að þeir sýndu ekki tilfinningar og mættu ekki gráta og þar með var komið í veg fyrir að þeir gætu unnið úr áföllum.

Erfiðar minningar og tilfinningar safnast upp þegar ekki er unnið úr þeim og valda vanlíðan sem eykst eftir því sem meira safnast. Áfengi deyfir öll taugaboð svo vanlíðanin verður ekki jafn yfirgnæfandi og því er auðvelt að halda að áfengi hjálpi. En um leið og áhrifin dvína kemur vanlíðanin aftur jafnvel helmingi verri. Við bætist svo skömmin við að hafa ekki hugrekki til að horfast í augu við lífið og hafa jafnvel sært aðra eða gert á hlut þeirra í áfengisvímunni.

Vert er einnig að nefna hér að áfengi skolar út B-vítamíni sem hjálpar taugakerfinu, sem og serótínforðanum svo margir finna fyrir depurð og jafnvel þunglyndi þegar áhrifin fjara út nokkrum dögum eftir drykkju. Ef fólk glímir við þunglyndi eða finnur sjaldan fyrir gleði, ætti það að íhuga alvarlega að hætta að drekka áfengi.

Sjálfsmynd

Orkan í sólarplexus endurspeglar viðhorf til sjálfra okkar: Hvort við samþykkjum við okkur sjálf eins og við erum, með öllum okkar kostum og göllum og hvort við nýtum hæfileika okkar og styrkleika til að finna tilgang með lífinu.

Við getum samþykkt okkur sjálf, með öllum kostum og göllum, líka veikleikana. Við þurfum ekki öll að vera góð í öllu eða líta öll út samkvæmt fegurðarstöðlum nútímans. Við erum öll falleg, alveg eins og blómin eru öll falleg, sama hvernig þau eru á litin eða í laginu. Fyrir utan að enginn lítur út eins og módel, ekki einu sinni módelin sjálf. Myndirnar eru fínpússaðar þannig að módelið lítur út eins og verksmiðjuframleidd dúkka, gerð samkvæmt einhverjum fyrirfram ákveðnum stöðlum sem samfélagið álítur eftirsóknarverðast hverju sinni.

Flestöll þurfum við að þagga niður í innri röddinni sem minnir okkur reglulega á hvað við séum klaufsk, heimsk, fáfróð, ljót og svo leiðinleg að enginn vill vera með okkur. Þetta er rödd lægra sjálfsins og ef hún er ekki að gagnrýna okkur sjálf, er hún óþreytandi við að gagnrýna aðra, lítillækka þá til að reyna að upphefja okkur. Hún dregur úr sjálfstraustinu og hleður á okkur neikvæðri orku sem við þurfum ekkert á að halda. Þess vegna er mikilvægt að þagga niður í lægra sjálfinu. Í bókinni *Taumhald á tilfinningum* fer ég ítarlega í lægra sjálfið og aðferðir til að þagga niður í því.

Þótt hugsanir komi óviðbúið upp í hugann er ekki þar með sagt að við séum neydd til að hugsa svona áfram. Við getum búið til nýjar hugsanir og mótmælt hinum fyrri. Við getum snúið hugsunum við í fæðingu. Um leið og við verðum vör við hugsun sem segir hvað við séum ömurleg, grípum við inn í og hugsum þveröfugt um hvað við séum dásamleg og þyljum upp kostina okkar. Segjum það upphátt ef við þurfum.

Í stað þess að hugsa um allt sem við erum ekki, er ráð að finna hvaða styrkleika og hæfileika við höfum. Yfirgnæfa gagnrýnu rödd lægra sjálfsins með rödd sálarinnar. Við getum alveg þjálfað hugann þannig að allar hugsanir verði meðvitaðar.

Stundum er verið að beina okkur í aðra átt heldur en við héldum að við ættum að fara. Þegar við stefnum í einhverja átt og fáum ekkert nema hallmæli eða gerum sífelld mistök, erum við að fara í vitlausa átt. Til dæmis ef manneskja sækir alltaf í bókhaldsstörf en gerir margar villur og er ónákvæm, hlýtur hún að stefna í vitlausa átt. Kannski hún ætti að prófa að fara í hina áttina, prófa að eitthvað sem þarf ekki að vera jafn nákvæmt.

Stundum fáum við ekki það sem við höldum að við viljum, því í raun þurfum við eitthvað allt annað. Þegar var hvað mest að gera hjá mér, bað ég oft um næði til að skrifa. Svo þegar ég loksins fékk næði og fullt af því, varð ég svo einmana að ég var að farast. Þá langaði mig að hitta fólk og fá vinnu. En mínir andlegu leiðbeinendur vissu að mig langaði meira til að skrifa og voru því ekkert að fylla tíma minn með fólki og vinnu. Auk þess þurfti ég að upplifa einsemd til að geta skrifað um hana, sem mér fannst náttúrulega hundleiðinlegt.

Það er ágætis hugmynd að kanna við hvaða aðstæður þú fyllist krafti og hins vegar við hvaða aðstæður þú verður gjörsamlega orkulaus. Stundum pínum við okkur í störfum eða á stöðum sem gera okkur orkulaus því við viljum passa inn í eitthvað ákveðið samfélagslegt norm. Við höngum kannski í vellaunuðu starfi því við viljum hafa efni á að fara til útlanda og keyra um á flottum bíl, en leiðist svo í vinnunni að við komum gjörsamlega orkulaus heim og þurfum alltaf að byrja á því að fá okkur áfengan drykk til að hafa orku í að elda kvöldmat og svæfa börnin.

Depurð

Þegar við nýtum styrkleika okkar og hæfileika til að gera eitthvað sem okkur finnst skemmtilegt líður okkur vel. Sjálfstraustið eykst og áherslan er á það sem við gerum vel í lífinu.

Depurð er merki um að við þurfum að gera eitthvað skapandi eða breyta einhverju í lífinu. Kannski erum við ekki sátt við lífið, hvort sem er stöðu okkar á vinnumarkaði, fjölskylduaðstæður eða vinamál. Depurð og vanlíðan í lengri tíma veldur þunglyndi og kvíða.

Það er lítil umbun fólgin í því að reyna að gera það sem við erum ekki góð í. Við söfnum vanlíðan og vanmætti þegar við verjum meiri tíma í það sem við erum ekki góð í, heldur en það sem við erum góð í. Þess vegna er svo mikilvægt að finna styrkleika sína og hæfileika í því skyni að nýta þá, færa sjálfum sér gleði og staðfestingu á að maður sé nógu góður.

Það er ástæða fyrir því af hverju við erum eins og við erum. Þú ert fullkomlega eins og þú átt að vera í þessu lífi. Ef þér finnst þú vera ómöguleg ertu á rangri hillu. Sum okkar eru fiskar að reyna að klifra í trjám. Af hverju ekki frekar finna vatnið eða sjóinn þar sem þú ert í essinu þínu.

Það er svo auðvelt að detta ofan í sjálfsvorkunn. „Lífið er ömurlegt", „ég verð fegin þegar þetta líf verður loksins búið" eða hugsa eins og ég gerði á tímabili: „Lífið snýst um að halda það út, þar til við verðum svo heppin að deyja." Þetta er ekki beint til að bæta gleði í sólarplexusinn.

Þarna var ég í starfi sem hentaði vel tímalega svo ég gat verið meira heima, en verkefnin voru bókhaldsvinna og fleira sem krafðist nákvæmni og kyrrsetu, sem á ekki vel við mig. Það skemmtilegasta við starfið var að sinna erindum, fara í bankann og sendast með pappíra. Mér hentar miklu betur að hugsa víðar, breyta reglulega um umhverfi og geta nýtt frumkvæði mitt. Nú er ég til dæmis að skrifa þetta í lest á leið frá Toulouse til Limoges í Frakklandi. Hreyfing, frumkvæði og eitthvað sem ég hef brennandi áhuga á.

Ástæðan fyrir því að ég vildi vera meira heima var að einhver þurfti að passa að eldri sonurinn væri ekki alltaf í tölvunni, sem þýtti eilíf slagsmál. „Feldu bara routerinn" voru leiðbeiningarnar frá sérfræðingum, en það þýddi að hann leitaði bara þar til hann fann routerinn eða barði mig þangað til ég kom upp með einhverja málamiðlun. Þarna var hann orðinn 12-14 ára og afar sterkur þegar hann var í ham.

Eitt skiptið greip hann hamar svo ég hljóp inn á bað og lokaði hurðinni, en hann barði hurðina að utan með hamrinum. Sem betur fer náði ég að grípa símann þar sem ég hljóp inn á bað og gat hringt á lögregluna.

„Farðu bara á kaffihús þegar hann byrjar að suða um nýjan tölvuleik", var líka vel meinandi ráðlegging en virkaði ekki því ég hafði aldrei tíma til að mála mig eða skipta um föt eftir að hann byrjaði, því fljótlega eftir að ég sagði nei mögnuðust átökin. Ég var kannski að ryksuga og þrífa, sveitt og í druslufötum, þegar hann byrjaði, fyrir utan að ég var alltof miður mín til að hanga á kaffihúsi og láta eins og ekkert væri, þegar ég var nýsloppin úr slagsmálum við soninn.

Svona átök voru næstum daglegt brauð, ég komin með króníska verki handleggjunum af þessum eilífu slagsmálum og það eina sem færði mér einhverja gleði á þessum tíma var drykkurinn klukkan fimm.

Aðstæður geta valdið okkur depurð, eins og þegar við erum í starfi þar sem við náum ekki að blómstra, stöndum í eilífum slagsmálum heima við eða finnst við ekki metin að verðleikum. Það er gott að hafa þetta í huga þegar við erum að vinna í sólarplexusinum. Við getum unnið í gömlum tilfinningum og hreinsað þær út. En við þurfum líka að huga að aðstæðunum sem við erum í núna og tilfinningum sem sífellt eru að bætast í orkulíkamann.

Oflátungsháttur

Þveröfugt við lágt sjálfsmat er oflátungsháttur. Þetta er fólkið sem þykist vita allt best, þarf alltaf að hafa síðasta orðið, lítillækkar gjarnan aðra "í gríni" og þarf alltaf að hafa stjórn á aðstæðum. Það hefur hátt, breiðir úr sér og lyftir handleggjunum upp yfir höfuðið þegar það talar til að virka meiri. Þetta fólk víkur ekki úr vegi þegar þú mætir því og lúffar aldrei. Þetta eru sigurvegararnir svokölluðu sem vilja sigra, sama hvað.

Í raun er oflátungsháttur dulbúið lágt sjálfsmat og sólarplexus á yfirsnúningi. Þá má oft sjá ístru ofarlega á maganum. Sérstaklega er þetta algengt hjá mönnum í ábyrgðarstöðu þegar þeim finnst starfið vera orðið stærra en þeir sjálfir. Þeir bæta þá á sig sjálfstrausti í formi fitu, eða geyma óöryggið í fitunni, eftir því hvernig á það er litið.

Nú er ég ekki að dæma fólk með ístru en það væri samt gagnlegt fyrir viðkomandi einstaklinga að kanna hvort þetta væri tilfellið hjá þeim. Hvort einhvers staðar undir leynist óöryggi um eigin getu. Það er mjög eðlilegt að menn í ábyrgðarstöðum upplifi ótta yfir að mistakast. Mistök eru dýr eftir því sem ofar dregur og þess vegna er óttinn við þau meiri og tilhneigingin ríkari til að klína þeim á undirmenn eða utanaðkomandi aðstæður.

Oflátungar alast gjarnan upp við að þeir þurfi alltaf að sanna sig. Einungis þegar þeir eru bestir eru þeir einhvers virði. Við þekkjum þetta úr íþróttunum þar sem það skiptir suma foreldra meira máli að börnin séu í vinningsliðinu heldur en að vera með. Flest börn vilja hins vegar frekar vera í íþróttum þar sem þau fá að vera með heldur en að sigra, því það er svakaleg pressa að þurfa alltaf að sigra.

Það er auðvelt að þekkja oflátunga. Þeir eru alltaf að tala um hvað þeir séu frábærir og meiriháttar. En það gefur einmitt til kynna að þeir séu óöryggir um sjálfa sig. Ef þeir væru svona öryggir með sjálfan sig, þyrftu þeir ekki að básúna það út um allt.

Oflátungar vilja alltaf vera miðdepill athyglinnar og finnst þeir misheppnaðir ef þeir eru það ekki. Sumir fá útrás fyrir þetta í sölumennsku þar sem þeir geta látið ljós sitt skína og sannfært aðra um að þeir þurfi á vörunni að halda.

Heil þjóð getur líka verið með oflátungshátt eins og Íslendingar fyrir hrun, full af hroka og trú um að þeir séu betri en aðrir í fjármálum og flestöllu.

Það er ágætt að skoða sjálfan sig og aðra, ekki til að dæma, heldur til að læra og þroskast.

Eitt merki um að sólarplexus sé í ójafnvægi er að aðrir virðast montnir og þú átt erfitt með að samgleðjast þeim sem gengur vel. Við finnum fyrir öfund, þótt við reynum að láta á engu bera og séum kurteis eins og góðir mannasiðir gera ráð fyrir.

Öfund er engin synd, þótt samkvæmt einhverjum trúarbrögðum sé það höfuðsynd. Öfund á einmitt að vera merki til okkar um að líta í eigin barm og kanna hvar vonbrigðin liggja. Sjá hverju við viljum breyta. Hvað viljum við fá inn í líf okkar til að vera sáttari við eigin framgang? Eða hvaða gildum þurfum við að breyta eða fara betur eftir til að vera sátt?

Feimni

Öfgarnar í hina áttina eru feimni. Þegar rótarstöðin hefur ekki fengið næga örvun og við erum ekki viss um stöðu okkar í lífinu, hvort við séum yfirhöfuð velkomin, er eðlilegt að við séum ekki að trana okkur fram. Það er betra að hverfa inn í hópinn. Ef enginn sér okkur mun enginn reka okkur í burtu eða hafna okkur.

Feimni á rætur í ótta við að verða sér til skammar. Manneskja þorir ekki að láta ljós sitt skína, vera öðruvísi eða segja skoðun sína á almannafæri, því hún er hrædd um að verða dæmd eða að það verði hlegið að henni.

Hlutverk okkar hér á jörð er einmitt að finna okkar eigin leiðir til að skína. Komast yfir þá trú að við séum ekki velkomin og að við höfum ekkert merkilegt að segja. Við erum öll merkileg og höfum öll eitthvað til málanna að leggja. Þótt við séum ekki eins og þeir háværustu, orðheppnustu eða fyndnustu, höfum við mikilvæga rödd sem þarf að heyrast. Til að byggja upp gott samfélag þarf að heyrast í öllum. Annars verður þetta bara samfélag hinna háværu og freku.

Ég var sjálf hrikalega feimin á unglingsárum. Eftir gagnfræðapróf fór ég í menntaskóla í öðru bæjarfélagi og skipti um föðurnafn sem hafði eflaust áhrif því nú var ég talan 1 samkvæmt númerafræðunum.

Þegar ég byrjaði í nýja skólanum með nýtt nafn, þar sem allir hinir voru líka nýir, ákvað ég að hætta að vera feimin. Mig langaði ekki lengur að vera sú sem sagði ekki orð og leit í hina áttina ef strákar horfðu til mín. Mig langaði að tala við stráka jafnt og stelpur, feimnislaust.

Til að gera þetta ennþá róttækara settist ég næst aftast í skólastofunni, ætlaði aldeilis að vera með prökkurunum, spurði að fyrra bragði hvað allir hétu og leiddi samræðurnar.

Reyndar þurfti ég að færa mig framar fljótlega því þarna aftast sá ég allt tvöfalt á töflunni. Og eina lausa sætið var við hliðina á strák. Sem mér fannst ekkert mál því ég var búin að ákveða að hætta að vera feimin.

Feimni er eitthvað sem við ákveðum sjálf. Við höldum að við séum ekki nógu skemmtileg, ekki nógu fróð, höfum ekkert til málanna að leggja, ekki nógu rökföst, ekki nógu hugrökk og svo framvegis. En þetta eru allt okkar eigin ímyndanir. Við þurfum ekki að vita allt best til að geta talað við fólk. Í raun er verra að vita allt best því þá breytumst við í oflátunga. Við þurfum ekki að vera skemmtileg til að geta talað við fólk. Það er alveg jafn gaman að eiga innihaldsríkar samræður um lífið, heldur en að gera grín að öllu með kaldhæðni.

Eitt sinn las ég í bók eftir Dale Carnegie að leiðin til vinsælda er ekki að tala við vinsælasta fólkið eða koma sér í innsta hring með þeim. Þvert á móti er leiðin miklu fremur að tala við þá sem eru utanveltu, þá sem standa einir og þora ekki að tala við aðra. Að sjálfsögðu er einlægni mikilvæg hér. Það skilar engum vinsældum að vinda sér að þeim feimnu og upphefja sjálf okkur eða tala stanslaust um okkur sjálf. Virðing og áhugi á öðru fólki er hér aðalatriðið. Allir hafa einhverja sögu að segja og þeir sem hafa áhuga á fólki geta talað við alla.

Sumt fólk er reyndar ómögulegt að tala við, sérstaklega ef það er uppfullt af skömm eða hroka. Einu sinni spjallaði ég dágóða stund við konu af áhuga á því sem hún var að gera, en hún síðar lýsti frati á allt sem ég var að gera. En þetta sýnir frekar hvað hún var hrokafull og léleg í mannlegum samskiptum.

Þegar við höldum að leiðin til vinsælda er að hanga með vinsæla fólkinu verðum við aldrei annað en áhangendur. Við verðum hlustendur, aðdáendur sem lepja upp hvert orð hinna vinsælu, hlæja að bröndurunum þeirra og í raun gefum við þeim orkuna okkar. Samskipti við þau gefa okkur ekki meira sjálfstraust, heldur sannfæra þessi samskipti okkur enn frekar um að við séum eftirbátar í mannlegum samskiptum.

Það eflir samskiptahæfileika okkur að tala við fólk sem við þekkjum ekki. Sérstaklega að tala við fólk sem erfitt er að tala við. Galdurinn er að hafa áhuga á því sem þeim þykir skemmtilegt, þótt við vitum lítið um það. Það er þá bara tækifæri til að læra eitthvað nýtt.

Feimni er ótti við að verða sér til skammar eða verða hafnað. En það fyndna er að allir eru með þennan ótta að einhverju marki. Sumir breiða yfir hann með því að tala hátt og segja brandara. Sumir drekka áfengi til að gleyma feimninni. Aðrir læðast með veggjum og þora ekki að opna munninn.

„Fake it till you make it", þykjast þar til það verður raunin, er besta leiðin til að yfirvinna feimni. Ákveða að hætta að vera feiminn og byrja að tala við fólk að fyrra bragði. Flestir eru feimnir og verða guðslifandi fegnir ef einhver annar byrjar.

Byrja að tala við þá sem eru útundan í veislum eða á ráðstefnum. Það er heldur ekkert skemmtilegt partí þar sem einn hópurinn hefur hæst og hlær mest og hinir sitja á víð og dreif og láta sér leiðast. Þegar feimni hópurinn er kominn á flug í skemmtilegar og innihaldsríkar samræður verða hinir forvitnir og vilja heyra. Yfirleitt er þá einhver hávær sem yfirtekur umræðuna, en þá er alltaf hægt að leita annað.

Feimni stafar af lágu sjálfsmati, að við séum ekki nógu góð, ekki nógu klár, ekki nógu orðheppin eða ekki nógu fyndin. En það þurfa ekki allir að vera hrókur alls fagnaðar. Einlægni og áhugi á fólki skiptir meira máli en fyndni og orðheppni. Þeir sem virka klárir eru ekkert klárari en við. Þeir hafa kannski meiri þekkingu á einhverju sviði. Sumir þykjast hins vegar vita allt betur eins og áður var fjallað um, einungis til að breiða yfir lágt sjálfsmat í þeirri von að enginn sjái í gegnum þá. En við sjáum í gegnum þá.

Dómharka

Ef við erum hrædd um að verða okkur til skammar er tilhneiging til að verða dómhörð. Við dæmum aðra áður en þeir fá tækifæri til að dæma okkur. Lægra sjálfið er svo hrætt við útskúfun að það gerir allt til að beina athyglinni frá okkur sjálfum.

Þessi ótti veldur því að allt verður að vera fullkomið. Við gerum miklar kröfur til sjálfra okkar um að allt verði að vera samkvæmt einhverjum fyrirfram ákveðnum reglum, sem við ímyndum okkur að samfélagið hafi sett upp.

Kannski erum við sífellt að skamma okkur fyrir að segja ranga hluti, vita ekki eitthvað mikilvægt, muna ekki nöfn o.s.frv. Við keppumst við að uppfylla einhver skilyrði sem við ákveðum sjálf og eru mælikvarði á ímyndaða velgengni. Ef okkur tekst að uppfylla þessi skilyrði gengur okkur vel, annars erum við misheppnuð.

Til dæmis þykir það ægileg skömm í Bandaríkjunum að vera í sömu fötunum tvo daga í röð. Fólk lítur á þig með fyrirlitningu og hvíslast á um hvort þú hafir virkilega ekki farið í sturtu um morguninn.

Amma mín var gift opinberum háttsettum manni og þurfti oft að bjóða fólki heim í tengslum við starfið hans á miðri síðustu öld. Til að koma í veg fyrir að verða sér til skammar hélt hún dagbók um allar veislur og boð: Hvað var á boðstólnum, hvaða gestir komu og í hvaða kjól hún var. Það þótti nefnilega ekki nógu gott að vera í sama kjólnum tvisvar eða bera fram það sama.

Okkur hættir til að líta til baka og skamma okkur endalaust fyrir eitthvað sem við gerðum fyrir langa löngu. Dæma okkur sjálf. En það er engum greiði gerður með því að hegna endalaust fyrir mistök. Málið er að læra af mistökunum og gera öðruvísi næst. Fyrirgefa sjálfum okkur og öðrum hlutaðeigandi því við gerðum bara eins og þroski okkar var þá stundina. Nú þegar við höfum upplifað þessi mistök, vitum við betur og höfum þroskast og gerum betur næst.

Þegar við erum ósátt við okkur sjálf eða þátt okkar í einhverri atburðarrás er miklu auðveldara að kenna öðrum um, heldur en að taka ábyrgðina. Við dæmum aðra og vörpum ábyrgðinni á ríkisstjórnina, útrásarvíkingana, lækninn sem greindi meinið ekki nógu snemma, ósanngjarnan vinnuveitanda eða tillitslausa nágrannann. Hvernig væri nú að líta í eigin barm? Átt þú ekki þinn þátt í nágrannaerjunum? Af hverju fórstu ekki fyrr til læknisins? Kaust þú ekki þessa ríkisstjórn?

Við byggjum ekki betra samfélag með því að kenna öðrum um eða vera þrjósk og dómhörð. Við þurfum að byrja á að taka til í eigin ranni: Reyna að skilja sjónarmið nágrannans og fyrirgefa sjálfum okkur fyrir óbilgirnina, að hafa ekki hugsað betur um heilsuna, látið glepjast af kosningaloforðum, eða tapað peningunum.

Í hvert sinn sem við tölum illa um aðra verður orkan okkar grá og letileg. Því meira sem við baktölum aðra, því meira af þessari gráu orku verður í nánasta umhverfi og heftir okkur sjálf. Orkan getur hjúpað heilu bæjarfélögin þar sem mikið er baktalað. Viðkomandi getur fundið fyrir umtalinu á orkusviðinu og ef hann tekur fréttirnar nærri sér, opnar hann fyrir orkunni.

Stuttu eftir að ég bauð mig fram til forseta fór ég í viðtal hjá efasemdamanni. Á meðan við vorum að spjalla skoðaði hann bloggið mig og fann grein þar sem ég hafði verið að gagnrýna vísindi fyrir að hvetja konur til að láta fjarlægja heilbrigð brjóst og setja sílíkon í staðinn. Vísindamenn höfðu komist að því að svokallað BRCA gen ylli brjóstakrabbameini, en mín rök voru að þar sem meinið byrjar í orkulíkamanum og færi þaðan yfir í efnislíkamann, væri betra að huga að orkustíflum og tilfinningum sem væru fastar í hjartastöðinni, því ef meinið væri byrjað í orkulíkamanum myndi það bara koma út í öðrum líffærum á sama svæði. Brjóstbrottnám er meiriháttar aðgerð og hefur gífurleg áhrif á hormónakerfið. Fyrir utan að sílíkon er langt frá því að vera öruggt efni. Ef karlmenn ættu í hlut myndi aldrei verið farið svo langt að fjarlægja heilbrigða líkamshluta, eins og blöðruhálskirtil og setja sílíkon í staðinn.

Eftir viðtalið sló fjölmiðillinn þessu upp þannig að ég væri alfarið á móti vísindum og fleiri fjölmiðlar mögnuðu þetta upp. Samfélagsmiðlar loguðu af heift í minn garð, sem augljóslega „vildi að konur fengju brjóstakrabbamein" og „ef ein kona dæi af brjóstakrabbameini, væri það að sjálfsögðu mér að kenna."

Þegar ég kom heim þann daginn sem umtalið var í hámarki fann ég eitthvað skrítið í loftinu. Orkan iðaði öll í kringum mig og það var ekki þægleg tilfinning. Ég tók beininn (routerinn) og sjónvarpið úr sambandi, setti símann á flugstillingu og lokaði inn í öðru herbergi til að sjá hvort þetta væri í sambandi við það. Ekkert breyttist. Ég reyndi að hringja í vini (í heimasímanum) en allir voru uppteknir við eitthvað annað. Ég man ég hugsaði: „Guð minn góður, verður þetta svona?" og meinti þá hvort allur framboðstíminn yrði með þessari erfiðu orku.

Þá datt mér í hug að hugleiða og biðja um hjálp frá andlegum leiðbeinendum mínum. Um leið og ég lagðist á heilunardýnuna fann ég hvernig orkan byrjaði að lagast og í lok hugleiðslunnar fékk ég hugboð um að hafa samband við mann sem hafði boðist til að hjálpa mér í framboðinu. Hann reyndist síðan mesta hjálpin mín og góður vinur enn í dag. En þarna fann ég á eigin skinni hvernig illt umtal fer beint til þess sem fjallað er um og veldur þeim óþægindum.

Þegar við finnum eða fréttum að það er verið að tala illa okkur er mikilvægt að taka það ekki inn á okkur. Hugsa strax að það segir meira um þá sem baktala heldur en um okkur sjálf. Þeir sem fárast yfir hegðun annarra eru einungis að breiða yfir einhverja vanlíðan hjá sjálfum sér, sem þeir hafa ekki hugrekki til að takast á við.

Dómharka stafar semsagt ótta við að verða sér til skammar og lýsir sér eins og herpingur í sólarplexusinum.

Stjórnsemi

Stjórnsemi getur verið jákvæð þegar hún er notuð uppbyggilega til að koma einhverju í framkvæmd eða skipuleggja verkefni undirmanna eða samstarfsmanna. Ef við erum örugg um stöðu okkar og verðleika, eigum við auðvelt með að stjórna verkefnum og útdeila verkefnum til fólks á kærleiksríkan hátt og án yfirgangs.

Óhófleg stjórnsemi er bendir til óöryggis um eigin stöðu. Ef þú ólst upp í umhverfi þar sem oft var verið að gagnrýna þig eða kenna þér um eitthvað sem miður fór, er tilhneigingin til að vilja stjórna öllu svo ekkert fari úrskeiðis. Stjórnsemi er því nokkurs konar vörn til að koma í veg fyrir gagnrýni og skammir.

Þeir sem innst inni eru litlir í sér en hafa kannski þurft að berjast við sér eldri systkini eða einhverja sterkari, getað orðið frekir. Sumir virðast hins vegar fæðast frekir og heimta af öðrum það sem þeim finnst þeir eiga skilið. Þeir jafnvel koma með frekjuna úr fyrra lífi þar sem þeir voru vanir að fá allt sem heimtuðu. Hvort sem við köllum þetta frekju eða óeðlilega stjórnsemi er um að ræða ójafnvægi í sólarplexus og beyglaða sjálfsmynd.

Sumir yfirmenn eru haldnir drottnunargirnd og nýta sér stöðu sína til að niðurlægja undirmenn sína, jafnvel fyrir framan viðskiptavini. Stundum má rekja samskipti til fyrri lífa, þar sem annar aðilinn hefur drottnað yfir hinum í mörgum lífum og þetta er þá tækifæri hins undirokaða til að brjótast undan ægivaldinu og þjálfast í að halda styrk sínum.

Drottnunargirnd er ýktasta form stjórnsemi og bendir til djúpstæðs skorts á sjálfstrausti og brengl aðrar sjálfsmyndar. Drottnunargjarnir einstaklingar leitast við að ráða öllu í sambandi, hvernig makinn klæðist, hvern hann hittir, hvað hann segir, hvaða matur er á borðstólnum, hvert þau fara og hverjir koma.

Drottnunargirnd er í raun andlegt ofbeldi þar sem einstaklingurinn notar ótta og skömm til að stjórna öðrum. Hann lítillækkar maka og börn og kennir þeim um allt, að eigin líðan meðtaldri. „Nei, þú átt ekki að gera þetta svona!!!" „Af hverju ertu að gera líf mitt erfiðara?" „Þú reitir mig til reiði!" til dæmis. Maki og börn hætta að hafa frumkvæði og bíða með að hinn stjórnsami segi til hvernig hann vilji hafa hlutina.

Einu sinni var ég í sjálfboðavinnu í Suður-Tyrklandi á veitingastað, sem var fyrrverandi æskuheimili eigandans, bústinnar eldri konu. Húsið var staðsett á gullfallegum stað við sjóinn og gestirnir sátu við borð í flæðarmálinu. En húsið var pínulítið og smekkfullt af húsgögnum og persónulegum munum svo starfsfólkið þurfti að skáskjóta sér á milli með matardiska og fulla bakka með drykkjum og glösum. Forréttarbakkarnir vógu salt á píanóinu og óelduðu fiskarnir biðu í gömlu hillusamstæðunni.

Eitt sinn fór ég með henni á heim til að vökva blómin og sá þá að heimili hennar var alveg jafn stappað og veitingastaðurinn af húsgögnum og dóti. Þar með áttaði ég mig á að hún var hamstrari, þ.e. átti erfitt með að losa sig við hluti og tilfinningar.

Á veitingastaðnum þurfti allt að vera eftir hennar höfði. Til dæmis þurfti að þvo allt þrisvar sem snerti hrá egg og alls ekki setja það í uppþvottavélina því þá smitaðist eggjalyktin út um allt. Ég hafði aldrei vitað til þess að það væri vond lykt af eggjum. Enginn mátti standa eða sitja nema henni svo þóknaðist og hún eldaði á bak við lokað tjald svo enginn myndi stela uppskriftunum.

Á tímabili var ég ein með henni á daginn að undirbúa hráefnið og hún var óþreytandi á að segja mér hvað ég væri hæg og að við myndum ekki koma neinu í verk, semsagt að reyna að brjóta mig niður. Ég hafði aldrei unnið á veitingastað áður, þekkti ekki tyrkneska matargerð og var auk þess bara í sjálfboðavinnu, svo það var ekki sanngjarnt að ætlast til þess að ég væri jafn snögg og konurnar sem höfðu skorið grænmeti í tugi ára. Hún var að reyna að koma að hjá mér ótta, svo hún gæti stjórnað mér og þar með nælt sér í góðan skerf af orkunni minni. En ég leit bara á þetta sem æfingu í að halda orkunni minni og þuldi í hvert sinn í hljóði að ég væri sterkari en hún.

Síðasta kvöldið bað hún mig að þjóna og fór alveg hamförum í að reyna að brjóta mig niður. Hún lítillækkaði mig ítrekað fyrir framan viðskiptavini, svo mikið að augabrúnir þeirra lyftust í forundran. Ég sagði ekki neitt, gerði bara eins og hún heimtaði, ákveðin í að hún skyldi ekki ná að koma mér úr jafnvægi og ná þar með að stela orkunni minni. Þetta var síðasta kvöldið mitt hvort sem er. En mikið rosalega var ég fegin þegar kvöldið var búið.

Morguninn eftir gerði ég svo myndband um hvernig er hægt að umgangast neikvætt fólk án þess að missa orkuna og fékk þannig útrás fyrir þær tilfinningar sem ég upplifði í samskiptum við hana. Við þurfum ekki fara niður á lægra plan þótt fólkið í kringum okkur reyni allt hvað það getur til að draga okkur niður.

Pabbinn sem ég sagði frá í rótarstöðvarkaflanum var líka haldinn drottnunargirnd. Ef ég gerði eitthvað af eigin frumkvæði var ég alltaf „að gera líf hans erfiðara". Hann sagðist vera mjög viðkvæmur fyrir óhreinindum svo það mátti ekki vera blettur á gólfinu eða bleyta á borðum. Allt óhreint þurfti að fara samstundis í uppþvottavélina og taka upp úr henni um leið og hún kláraði. Á sama tíma vildi hann að synirnir hjálpuðu til við heimilisstörfin svo ég var aldrei viss hvort ég ætti að drífa eitthvað af eða geyma handa strákunum.

Þegar ég var nýkomin til þeirra var jólatréð ennþá skreytt í stofunni, komið fram í miðjan janúar og fullt af furunálum á gólfinu. Einn morguninn byrjaði ég að taka jólakúlurnar af á meðan strákarnir voru að borða morgunmatinn. Þegar ég var næstum búin kom pabbinn niður og veinaði upp yfir sig alveg miður sín, að strákarnir ættu að gera þetta. Seinna þann daginn laumaðist ég til að setja aftur nokkrar kúlur á tréð og snerti það ekki eftir það.

Eitt og eitt svona atvik eru allt í lagi, en þegar dagarnir einkennast af því að allt verður að vera eftir hans höfði, er ómögulegt fyrir aðra að sýna frumkvæði.

Ótti er sérlega öflugt tæki til að stjórna öðrum. Ef þú finnur að einhver er að stjórna þér með ótta er mikilvægt að losna við óttann og allar tengingar gagnvart viðkomandi. Hugsaðu að þú sért sterkari en viðkomandi með því að endurtaka: ´"Ég er sterkari en hún/hann!" Eins geturðu varið þig með því að búa til varnarskjöld fyrir sólarplexus og hvatastöð og endurtaka orðin „mín orka fyrir mig".

Ef þú áttar þig nú á að kannski er þú sjálfur stundum stjórnsamur, er gott að líta inn á við. Var einhver í æsku eða lífi þínu sem leitaði alltaf að blóraböggli fyrir allt sem var ekki eins og hann vildi? Af hverju þarf allt að vera fullkomið?

Skömm

Það er ýmislegt sem getur valdið því að við finnum fyrir skömm og oftast er það fyrir framan aðra. Það er auðvelt að finna þegar tilfinningin hellist yfir okkur. Við roðnum, finnum hitann inni í okkur sem brýst út í svita og helst viljum við hverfa.

Gott sjálfstraust byggir á því að vera viss um hver þú ert og sátt við sjálfa þig. Þeir sem hafa gott sjálfstraust og heilbrigða sjálfsmynd hafa ekki áhyggjur af því að verða sér til skammar. En þeir sem hafa lélega sjálfsmynd og lítið sjálfsálit hafa miklar áhyggjur af því hvað öðrum finnst. Þeir eru hræddir við höfnun samfélagsins sem birtist í djúpstæðum ótta við að verða sér til skammar. Þess vegna reyna þeir allt hvað þeir geta að virðast sjálfsöruggir og geta gripið til þess að lítillækka aðra áður en einhverjum dettur í hug að lítillækka þá. En það er líka ýmislegt óvænt sem getur komið fyrir og ollið okkur skömm sem við geymum í áratugi, jafnvel alla ævi.

Einu sinni var ég á ferðalagi með vinkonu í gríska eyjahafinu. Um kvöldið borðuðum við á útiveitingastað þar sem var dansað á eftir. Við slógumst að sjálfsögðu með í dansinn, enda auðvelt að dansa gríska hringdansa. Ég var í hlírakjól með örmjóum hlýrum og eftir að hafa dansað í nokkurn tíma slitnaði annar hlírinn og sveiflaðist upp fyrir augu mér og aftur á bak. Ég leit í hraðkasti niður og til allrar hamingju var kjóllinn á sínum stað yfir brjóstinu og virtist ætla að haldast þar. Svo við héldum áfram að dansa.

Nokkrum mínútum síðar leit ég aftur niður og sá mér til mikillar skelfingar að kjóllinn hafði smokrast niður fyrir brjóstið sem var nú bert. Ég flýtti mér að draga kjólinn aftur upp, leit í kringum mig og dró andann léttar þegar svo virtist sem enginn hefði tekið eftir neinu. Eftir þetta tók ég varla augun af kjólnum og hélst hann uppi eftir það.

Þegar við vorum að fara út af staðnum, vinkona mín og ég, stóðu nokkrir karlmenn við útganginn og þar sem við gengum framhjá reis upp mikil fagnaðaralda. Greinilega höfðu einhverjir tekið eftir þessu. Ég stokkroðnaði í annað sinn þetta kvöldið og flýtti mér út.

Atvikið gróf ég eins djúpt og hægt var og hugsaði ekkert um þetta fyrr en andlegur undirbúningur hófst ári fyrir forsetaframboðið, þegar allar neyðarlegu minningarnar komu upp á yfirborðið.

Þar sem minningunni skaust niður í huga mér, fann ég aftur hvernig skömminni sló niður í líkamann eins og eldingu. Líkaminn varð allur heitur og andlitið heitt og rautt, alveg eins og ég hefði verið að upplifa atvikið í fyrsta sinn.

En í staðinn fyrir að grafa atvikið aftur, ákvað ég að heila minninguna. Þarna hafði ég borið skömmina í tuttugu og fimm ár og líklega höfðu allir gestirnir þetta kvöld löngu gleymt þessu nema ég. Fyrir utan að ég þurfti ekkert að skammast mín fyrir brjóstin á mér, frekar en aðrar konur. Ég ákvað því að sleppa skömminni og vera frekar bara stolt yfir brjóstunum.

Bara það að ákveða að sleppa og breyta hugsuninni úr skömm í stolt, losar skömmina úr líkamanum. Ef þú getur losað sjálf(ur) erfiðar tilfinningar er það frábært, ef ekki geturðu farið til heilara sem hjálpar þér að losa og sleppa. Það léttir svo mikið á okkur að sleppa neyðarlegum minningum og það er alveg óþarfi að geyma þær lengur.

Konur virðast vera viðkvæmari fyrir skömm, heldur en karlmenn. Strákar fá líklega meiri hvatningu en stelpur til að hrista af sér stríðni og verða beinlínis hetjur af því að fara á skjön við normið á meðan konur verða nornir, breddur og útskúfaðar. Stelpur sem vilja meiða ráðast ekki á hver aðra með hnefunum heldur með smánandi baktali sem er miklu beittara vopn heldur en hnefinn. Líkamleg sár gróa en andleg sár gróa mjög seint og ekki fyrr en við erum tilbúnar til þess.

Fjölskyldur og samfélög eru misjafnlega gagntekin af skömm. Sum eru gegnsýrð af skömm og önnur nokkuð laus við hana og kynslóðir læra hver af annarri. Börn sem heyra foreldra hneykslast á nágrönnum eða vinnufélögum, taka upp sama mynstur og hneykslast á öðrum.

Það er mikið frelsi falið í því að hætta að óttast skömm eða vera dæmd af samfélaginu. Þá getum við farið okkar leiðir, gert það sem okkur finnst skemmtilegt og gefandi, án þess að hafa áhyggjur af því hvað öðrum finnst. Þá erum við ekki lengur gangandi skotmark fyrir þá sem vilja skjóta okkur niður, heldur getum við virkilega verið við sjálf.

Að gefa sjálfri þér leyfi til að losna við alla uppsafnaða skömm gerir lífið svo miklu léttara.

Sjálfstraust

Ef við fáum jákvæða svörun frá fjölskyldu, vinum, skóla og samfélaginu byggjum við upp heilbrigt sjálfsálit og sjálfsmynd. Einstaklingur sem er öruggur með sjálfan sig á auðveldara með að fóta sig í samfélaginu. Hann hefur trú á eigin verðleikum, getur sannfært aðra um að ráða sig í vinnu eða stofnað eigið fyrirtæki. Hann á auðvelt með að vera hann sjálfur, er opinn og óhræddur í mannlegum samskiptum og á þar með auðvelt með að umgangast fólk og eignast vini.

En oft vantar þessi skilaboð frá umhverfinu um að við séum nógu góð. Hér áður fyrr var krökkum sjaldan hrósað því það þótti ala á monti og sjálfbyrgingshætti. Góðar einkunnir þóttu sjálfsagðar eða lágar einkunnir sönnun á að við værum heimsk og glötuð. Það er ekki fyrr en á síðustu árum að fólk áttaði sig á hvað það skipti miklu máli að fá hrós. Fæstir fengu því að heyra beint hvað þeir væru stórkostlegir og frábærir.

Oft erum við búin að telja okkur trú að við séum ómöguleg, þannig að ef einhver hrósar okkur eigum við erfitt með að trúa því að viðkomandi sé alvara. Við verðum tortryggin og leitum að dulinni merkingu. Er hann eða hún að koma sér í mjúkinn hjá okkur? Snúum jafnvel hólinu í háð.

Ef sjálfstraustið er brotið gætum við látið undan þrýstingi fjölskyldu og valið nám sem við höfum engan áhuga á og hentar okkur ekki. Ef árangurinn er slakur hefur það aftur slæm áhrif á sjálfstraustið því okkur finnst við vera léleg í öllu, fyrir utan að hafa brugðist fjölskyldunni og vera minna virði fyrir vikið.

Alls konar áföll setjast í sólarplexusinn, eins og til dæmis illt umtal, fall á mikilvægu prófi, allt sem vegur að sjálfstraustinu. Það getur verið hræðilegt áfall að missa vinnuna, bæði er hart vegið að sjálfsmynd okkar, sem og fjárhagslegu öryggi. Því eldra sem fólk er þegar því er sagt upp því dýpra er áfallið því oft fylgir ótti um að finna ekki annað starf, erfiðara er að finna nýja vinnu og upp koma tilfinningar um að vera minna virði.

Mér finnst það vera kurteisi að hafa áhuga á fólki og að spyrja aðeins um líf þeirra. En stundum hitti ég fólk sem er svo fullt af skömm að það kærir sig ekki um að aðrir séu að hnýsast í þeirra mál.

Einu sinni var ég hjá vinkonu í heimsókn og kom þá eldri kona líka í heimsókn einmitt þegar við vorum að fara að borða. Ég sá um leið að hún geymdi margar gamlar tilfinningar í sólarplexusinum því hún var með mikinn aukaforða á því svæði, svo líklega var það skömm og eitthvað brotið í sjálfstraustinu. Hún forðaðist beint augnsamband og fór strax í fórnarlambshlutverkið, sagði að hún væri baksjúklingur. Ég benti henni vinsamlega á að það væri gott að gera æfingar til að halda sér sveigjanlegri og hún var ekki hrifin af því. Eftir þetta var hún afundin, svo ég sneri mér að vinkonu minni og við vorum að reyna að finna húsið þar sem hún hafði búið í London á Google Earth, bara af því það var hægt. Fitjaði þá konan upp á nefið og sagði við sameiginlegu vinkonu okkar, án þess að líta á mig, hvað ég væri hnýsin.

Ég fann hvernig sólarplexusinn herptist saman og fór alveg á fullt því þarna var vegið að minni eigin sjálfsmynd. Ég snarhætti að spyrja nokkurs, beið þar til máltíðinni var lokið og fór þá út að ganga. Var ég kannski of spurul? Var ég of glöð? Var ég of áköf að halda uppi samræðum? Eftir því sem ég gekk lengra komst ég þá skoðun að það var ekkert að mér. Ég var nákvæmlega eins og ég vildi vera og ef henni líkaði ekki við mig var það hennar vandamál. Mér líkaði hvort sem er ekki við þessa ókurteisu konu. Hún var greinilega ein af þeim sem var svo föst í fórnarlambshlutverkinu að ef einhver var ekki meðvirkur með henni, reyndi hún að skjóta þá niður.

Eftir því sem við styrkjum sjálfsmyndina þurfum við ekki að draga orku úr öðrum með svona leiðindaathugasemdum eða tapa ekki orku til þeirra sem reyna að skjóta okkur niður. Sjálfstraust er ekki varanlegt. Það er hægt að byggja það upp og líka brjóta það niður með sífelldum aðfinnslum og skömmum.

Ótti við skömm varnar því að þú leyfir þér að blómstra og samþykkir þig eins og þú ert. Slepptu ótta og skömm. Þú ert frábær nákvæmlega eins og þú ert, hér og nú.

Hugrekki

Hugrekki er ekki meðfætt heldur áunnið. Hugrekki er ekki heldur eitthvað sem við söfnum til mögru áranna, eins og peningar, heldur eitthvað sem við fáum einungis með því að horfast í augu við það sem skelfir okkur. Hugrekki fæst með því að berjast við dreka.

Drekar nútímans eru ekki bara manneskjur sem reyna að skjóta okkur niður, heldur líka tilfinningar eins og ótti, sektarkennd og skömm; allt sem við notum til að deyfa þær eins og áfengi og tóbak; sem og allar afsakanir fyrir því að gera ekki það sem við viljum. Því fleiri dreka sem við berjumst við því hugrakkari verðum við. Að berjast þýðir ekki að drepa heldur horfast í augu við og standa keikur á sínu. Drekar spúa eldi og lama okkur kannski með ótta en þeir geta ekki drepið okkur.

Ef þú biður um meira hugrekki, mun Guð eða alheimurinn senda þig í aðstæður þar sem þú þarft að sýna hugrekki. Þú munt hitta dreka sem þú þarft að berjast við.

Það er mikilvægt að við hjálpum börnum okkar að þróa með sér hugrekki strax í æsku. Leyfum þeim að finna sínar eigin leiðir og læra að treysta á eigin getu. Hjálpum þeim að komast yfir vonbrigði og yfirstíga erfiðleika með því að hvetja þau áfram.

Nútímafólk getur horfst í augu við eigin dreka og fundið styrkinn og hugrekkið eflast innra með sér. Hugrekki er eins og bensín á eldinn og því vex okkur ásmegin við hvern dreka sem við sigrum.

Traust

Því öruggari sem við erum með okkur sjálf, því auðveldara eigum við með að treysta öðrum. Þegar sólarplexusinn er slappur eða stíflaður eigum við erfitt með samskipti við annað fólk. Við óttumst að missa valdið eða verða undir í samskiptum á einhvern hátt. En þegar við erum búin að finna innri styrk og eigin hæfileika og erum hætt að fyrirverða okkur fyrir okkur sjálf, verðum við ónæmari fyrir gagnrýni annarra og þar með árásum dreka.

Ein mikilvægasta lexía sólarplexusins í andlegum þroska er að læra að sleppa og treysta að allt fari vel. Allar aðstæður eru til þess fallnar að kenna okkur eitthvað og því fyrr sem við áttum okkur á því, því betra.

Okkur hættir til að vilja stjórna útkomunni því við höldum að við vitum hvernig best sé að hlutirnir fari. En við sjáum ekki stóru myndina. Það sem lítur best út í dag, er ekki endilega það besta fyrir okkur þegar til langs tíma er litið. Það sem hins vegar lítur hræðilega út í dag, reynist kannski vera það besta sem kom fyrir okkur. Treystum æðri mætti og sleppum stjórninni. Biðjum um hjálp til að komast út erfiðum aðstæðum eða til að þroska með okkur ákveðna eiginleika, en ekki búast við að þú vitir nákvæmlega hvernig það mun gerast.

Á ferðalagi mínu hef ég oft þurft að treysta því að allt fari vel, þó svo ég hafi ekki hugmynd um hvernig málin þróast. Einu sinni hafði ég engan samastað í hálfan mánuð, of stuttur tími fyrir sjálfboðavinnu og ég of blönk til að hafa efni á íbúð. Ég hafði nýlokið að passa hús og hund í Toulouse í mánuð og sonur minn var væntanlegur til Parísar um miðjan mánuðinn. Mér bauðst að vera í eina viku hjá fjölskyldu í frönsku Ölpunum þannig að ég ákvað að treysta á Couchsurfing fyrir restina.

Ég ferðaðist með rútum eða fékk far á milli staða og gisti eina eða tvær nætur á hverjum stað. Það var ekki auðvelt að finna gestgjafa og á sama tíma var ég að klára að setja upp bók sem ég vildi koma út fyrir jól. Þetta var hrikalega erfiður tími, sem kostaði mörg tár og það eina sem ég gat var að treysta að alheimurinn hjálpaði mér.

Eitt laugardagskvöldið kom ég til Dijon og ætlaði að taka léttlestina til gestgjafans. Skiltið á stoppustöðinni sýndi hins vegar að það var engin lest væntanleg. Gulu vestin höfðu verið að mótmæla þann daginn, eins og alla laugardaga mánuði á undan, og stjórnendur ákveðið að léttlestarnar myndi ekki ganga á meðan. En mótmælin voru löngu búin og ekki ljóst af skiltinu hvort þær myndu ganga aftur. Ég spurði inni á lestarstöðinni og þau sögðu að þetta væri allt annað fyrirtæki og að þau vissu ekki neitt, svo ég fór út og tók mynd af því sem stóð á skiltinu og sýndi þeim. Þau sögðu þá að samkvæmt textanum myndi léttlestin ekki ganga meira þann daginn.

Nú voru góð ráð dýr. Sonur gestgjafans hafði fengið bílinn lánaðan og það var allt of langt og dýrt til að taka leigubíl. Svo ég fékk mér sæti inni á lestarstöðinni og sagði við englana að þeir yrðu bara að redda þessu.

Komu þá skilaboð frá öðrum gestgjafa þar sem hún spurði hvort ég hefði fundið gistingu. Ég greip þetta haldstrá fegins hendi og svaraði hvernig málum var háttað. Ekkert svar kom. Ekki heldur frá fyrri gestgjafanum.

Einmitt þá kom ég auga á innstungu og hugsaði að ég gæti þá bara verið þarna um nóttina og unnið í uppsetningu bókarinnar. Þarna var mér var orðið svo sama hvar ég gisti að ég nennti ekki að hafa frekari áhyggjur.

Andartaki síðar kom starfsmaður lestarstöðvarinnar hlaupandi og sagði mér að léttlestin væri farin að ganga aftur. Hún sem áður hafði sagt að þau hefðu ekkert með léttlestirnar að gera, fylgdi mér alveg út að stoppistöð og hjálpaði mér meira að segja að fara upp í rétta lest. Svona borgar sig oft að sleppa bara og biðja englana eða alheiminn um að redda málunum.

Í sólarplexus byggjum við upp traust með því að finna styrkinn í sjálfum okkur. Hægt er að sjá fyrir sér súlu inni í okkur og umhverfis, sem nær niður í jörðu og upp í himinn. Þessi súla er styrkurinn okkar og inni í henni getum við tekist á við alls konar dreka. Það réttist úr okkur og útgeislunin verður sterkari.

Umbreyting eða stöðnun

Í sólarplexus varðveitum við eldinn sem við notum til að framkvæma og umbreyta. Ef eldurinn er lítill verður lítið um framkvæmdir og ef eldurinn er of mikill er hætta á að brenna sig og aðra. Eldurinn er orkan sem lætur draumana sem kvikna í hvatastöðinni rætast. Sólarplexusinn pantar flugmiðana í draumaferðina okkar, hann sækir um draumastarfið okkar og gefur okkur styrk til að segja það sem okkur liggur á hjarta.

Þegar sólarplexusinn fær ekki að framkvæma draumana okkar verður stöðnun. Einhver ótti kemur í veg fyrir að við leyfum draumunum að rætast og sá ótti lamar sólarplexusinn. Óttinn smitast síðan yfir á allt lífið. Við þorum ekki að segja upp vinnunni, þótt hún sé drepleiðinleg. Við þorum ekki að skrá okkur á námskeið eða breyta til þótt okkur dauðlangi til þess. Allar ákvarðanir verða erfiðar. Við þorum ekki að taka stökkið því eitthvað gæti komið fyrir. Eldurinn kulnar.

Hugarástand okkar þegar við tökum ákvarðanir skipta miklu meira máli heldur en hvað við veljum. Ef við erum hrædd um að velja vitlaust svo eitthvað fari úrskeiðis, mun eitthvað fara úrskeiðis, ekki vegna hvers við völdum heldur vegna hugarástandsins. Ef við erum viss um að allt fari vel, skiptir ekki máli hvað við veljum, það mun alltaf eitthvað gott koma út úr því.

Stundum verður betri útkoma úr röngu vali heldur en útkoman hefði orðið með réttu vali. Öllu máli skiptir að sleppa óttanum og taka ákvörðun, taka áhættuna, því við getum aldrei stjórnað lífi okkar algerlega.

Það er viðbúið að við verðum einhvern tímann fyrir vonbrigðum, en við lærum af því. Við getum ekki beðið eftir besta kostinum endalaust, hinu fullkomna starfi eða hinum fullkomna maka. Þá látum við óttann stjórna og varna okkur frá því að prófa og læra. Það skiptir ekki máli hvað við veljum, heldur ástæðan fyrir valinu. Ef ástæðan er í samræmi við langanir og þrár styrkir það hvatastöðina.

Það er gott að ímynda sér sólarplexus sem eldstöð: Hlúa að glóðunum, sjá eldinn stækka og dafna, skara reglulega í eldinn og sjá til þess að hann brenni upp allan ótta og skömm, dómhörku, stjórnsemi og efasemdir.

Samþykkja sjálfan sig

Eitt af því mikilvægasta sem við gerum í lífinu er að samþykkja okkur sjálf eins og við erum. Við fæðumst öll með ákveðna styrkleika og hæfileika. Þessir eiginleikar eru handvaldir með hlutverk okkar hér á jörðu í huga og þau verkefni sem við ætlum að inna af hendi. Við getum ekki valið allt því það myndi rugla okkur í ríminu og því erum við með einhverja veikleika eða ýmislegt sem við erum ekki góð í, sem skiptir engu máli fyrir það sem við ætlum að gera í lífinu.

Við erum því fullkomlega eins og við ætluðum okkur að vera í þessu lífi. Það skiptir ekki máli hvort við séum með aukafitu eða grá hár, of loðin eða engin hár, betri í að lesa eða sjá í þrívídd, skapa eða greina. Við erum nákvæmlega eins og við eigum að vera, öll falleg, alveg eins og öll tré og blóm eru falleg.

Með fullkomnun á ég ekki við að þú sért betri en aðrir. Á meðan við teljum ekki að við séum betri en aðrir, getum við alveg verið fullkomlega sátt við okkur.

Veikleikar í einum aðstæðum eru styrkleikar í öðrum. Sumir eru of fljótfærir og hvatvísir fyrir regluumhverfi en hafa mikla hæfileika til að skapa. Sumir eru seinfærir og varkárir en fullkomnir í að vega og meta heildarmyndina áður en ákvörðun er tekin. Allt eru þetta góðir eiginleikar en þegar við ölumst upp í umhverfi sem er andstætt eiginleikum okkar, eru þeir taldir lestir. Okkar verkefni er svo að finna umhverfi þar sem þetta eru kostir.

Þegar við hættum að óska þess að við værum öðruvísi eða ættum annað og betra líf, finnum við innri frið. Hugsum frekar um þá hæfileika sem við höfum og hvernig við getum nýtt þá heldur en að óska okkur hæfileika sem okkur eru ekki eiginlegir. Beinum athyglinni heim. Í stað þess að sóa orkunni í að hugsa um hvað við erum ekki, þá notum við orkuna í að efla okkur sjálf.

Það er hollt að efast upp að vissu marki og horfa gagnrýnum augum á lífið og sjálfan sig. En stanslausar efasemdir um að við séum nógu góð eru beinlínis mannskemmandi. Við lekum orku þegar við efumst um okkur sjálf, opnum varnirnar og leyfum öðrum að fá að vild.

Í hvert sinn sem við hugsum að einhver sé betri en við, gefum við henni eða honum orku. Þess vegna eru sumir andlegir spekingar svo áfjáðir í fylgjendur sem taka skilyrðislaust við hverju orði sem hrýtur af vörum þeirra. Þeir fá orku frá fólkinu. Bestu andlegu spekingarnir eru ekki þeir sem segja „gerðu eins og ég segi, því ég veit allt best", heldur þeir sem segja „gerðu aðeins það sem þú finnur í hjartanu að sé rétt fyrir þig".

Sama með vini. Veldu þér vini sem hrósa þér og styðja og losaðu þig við vini sem láta þér líða eins og að þú sért ekki nógu góð(ur) eða að það sé eitthvað að þér. Eins og alltaf snýst þetta meira um þá en okkur og ef þeim finnst við ekki frábær eru þeir ekki réttu vinirnir fyrir okkur. Sönn vinátta byggist á orkuskiptum þar sem báðir aðilar gefa og þiggja, hrósa og styðja.

Fólkið í kring endurspeglar okkur sjálf. Sumt fólk pirrar okkur ósegjanlega og annað fólk elskum við út af lífinu. Þeir sem pirra okkur endurspegla alltaf einhverja eiginleika hjá okkur sjálfum. Segjum til dæmis að þú hittir mann sem veit allt betur en þú. Ef hann pirrar þig, er það vegna þess að þú telur þig sjálfur vita ýmislegt betur en aðrir. Ef þú ert nógu hógvær til að samþykkja að einhver viti eitthvað betur en þú, mun hann ekki pirra þig. Lexían er að leyfa öðrum að hafa sínar skoðanir og þér þínar.

Ef við innst inni glímum við skort á sjálfstrausti fara aðrir sem líka skortir sjálfstraust í taugarnar á okkur. Þeir eru óþægileg áminning um að við efumst um eigið ágæti. Óafvitandi eru þeir að hjálpa okkur með því að minna okkur á að vinna með sjálfstraustið.

Það er líka mikilvægt að taka til í fortíðinni til að ná að sættast við sjálfan sig. Ef við erum einungis að rifja upp mistökin án þess að vinna úr þeim, erum við ekki að sættast við sjálf okkur. Upprifjunin á eingöngu að vera til að fyrirgefa sjálfum okkur og senda atburðina í ljósið. Við gerum öll mistök og lærum af þeim með því að fyrirgefa og sleppa.

Verkefni sólarplexusins er að hjálpa okkur að finna innri sátt. Til þess er eldurinn, að brenna upp gamlar syndir, hugleysi, ótta og niðurbrot.

Við getum líka notað eldinn í sólarplexus til að losa um óheilbrigðar tengingar við annað fólk í hvatastöð og til að brenna upp sársaukann þeim tengdum. Breyta sársaukanum í fyrirgefningu. Fyrirgefa sjálfum okkur, ef það veitist erfitt að fyrirgefa öðrum, fyrir að hafa lent í þessu og sleppa hinum aðilanum svo hann haldi ekki áfram að valda okkur sársauka.

Kirtill sólarplexusins

Brisið er kirtill sólarplexusins. Brisið framleiðir meltingarensín sem brjóta fæðuna niður svo við getum nýtt næringarefnin úr fæðunni, sem og basísk sölt sem gerir magasýrurnar hlutlausar. Ef sú framleiðsla minnkar vegna stíflna eða álags í orkustöðinni byrja magasýrurnar að éta magann að innan og búa til það sem við köllum magasár.

Brisið framleiðir jafnframt insúlín sem stjórnar blóðsykrinum. Ef sólarplexus verður vanvirkur vegna orkustíflna, minnkar geta magans til að melta fæðu og kviðfita safnast framan á líkamann. Jafnframt dregur úr virkni brisins og insúlínið hættir að virka eins og það á að gera. Ef mikil kviðfita safnast þarna, eykst hættan á áunninni sykursýki.

Ástæða fyrir offitu er líka oft að við borðum meira en við þurfum, bæði til að líða betur og safna fitu til að geyma tilfinningar sem við viljum ekki takast á við.

Gulur

Sólarplexusinn er gulur eins og sólin. Hann er umbreytandi eldur og kraftur, hugrekki og þor og endurspeglar sjálfsmyndina og sjálfstraustið. Með því að heila tilfinningar í sólarplexus getum við unnið bug á feimni og oflátungshætti, stjórnsemi, dómhörku og efasemdum um okkur sjálf. Sjáðu fyrir þér eldinn magnast í orkustöðinni og brenna burtu það sem þú vilt losna við. Þar með myndast pláss fyrir uppbyggilegri viðhorf um okkur sjálf. Fylltu svo þetta pláss með vitund um hæfileika þína og styrkleika, góða eiginleika og hugrekki. Þú getur allt sem þú vilt.

Vertu í gulum litum eða hafðu eitthvað gult heima hjá þér til að minna þig á kraftinn innra með þér. Veldu þér hreinan gulan lit, sítrónugulan eða eldgulan. Í hvert sinn sem þú sérð litinn, fylltu þig af styrk, hugrekki, sjálfstrausti og gleði.

Gulur er góður þegar þú þarft að hugsa rökrétt, læra fyrir próf, finna lausn, eða skrifa ritgerð. En liturinn getur líka gert okkur of gagnrýnin og smásmuguleg. Gulur er því góður fyrir þá sem vantar rökhugsun á stundum, en ekki þá sem eru of mikið í huganum. Þeir síðarnefndu ættu frekar að hafa appelsínugulan til að örva sköpun og tilfinningasemi.

Gulur er litur hamingju, jákvæðni, vonar og góður til að auka sjálfstraustið.

Heilaðu sólarplexus

Eins og með allar stöðvar mótast orkustöðin á ákveðnum aldri en heldur áfram alla ævi að taka á móti sigrum og ósigrum. Hvernig við svo vinnum úr þessum sigrum og ósigrum skiptir máli fyrir virkni stöðvarinnar.

Sólarplexusinn snýst um að framkvæma í stað þess að bíða eftir að eitthvað gerist. Ef sólarplexusinn er á yfirspennu, bregst fólk sterkar við aðstæðum. Það reiðist meira, móðgast auðveldar og er oft yfir sig stressað. Ef sólarplexusinn er latur eða máttlaus er fólk passíft og framkvæmdalaust, leyfir lífinu að líða framhjá án þess að grípa tækifærin.

Sterkur sólarplexus endurspeglar hæfileikann til að þroskast í lífinu með sjálfstrausti og styrk, að velja og gera. Við höfum valdið til að velja.

Staðhæfingar fyrir sólarplexus:

Ég er frábær eins og ég er

Ég samþykki mig eins og ég er

Ég hef fullt af hæfileikum sem ég nýti til að færa mér gleði

Ég er glöð (þessi er góð þegar við erum eitthvað döpur án þess að nokkuð hafi komið upp á)

Lífið er frábært og fullt af tækifærum

Það gerist alltaf eitthvað skemmtilegt á hverjum degi hjá mér

HJARTASTÖÐ

Litur: Grænn

Mótast af: Ást og kærleik eða skorti þar á

Staðsetning: Á bringubeini

Kirtill: Hóstakirtill

Líkamleg áhrif: Lungu, hjarta, brjóst, herðablöð, hóstakirtill, axlir, handleggir, vélinda og önnur líffæri á þessu svæði

Stærsta verkefnið: Að sleppa ótta við höfnun og læra að elska skilyrðislaust

Mantra: Ég elska sjálfa(n) mig

HJARTASTÖÐIN

KÆRLEIKURINN

Hjartastöðin er eins og nafnið gefur til kynna staðsett á brjóstinu miðju og er eins og göng frá brjósti og aftur á bak. Því opnari og stærri sem hjartastöðin er, því breiðari eru göngin. Hjartastöðinni fylgja tvær litlar bleikar stöðvar sitt hvoru megin og örlítið ofar út við axlir, þannig að þessar þrjár stöðvar mynda gleiðan þríhyrning.

Þegar hjartastöðin er í jafnvægi finnum við til samkenndar með öðru fólki og öllu lífi hér á jörðu. Við erum full væntumþykju, skilningsrík, glöð og höfum ekki áhyggjur af því að verða særð. Við skiljum að allt hefur tilgang, erum sátt við okkur sjálf og tökum öðru fólki eins og það er án þess að dæma eða gagnrýna gjörðir þeirra. Við erum ekki háð því að aðrir færi okkur hamingju og við getum verið ein án þess að finna til einsemdar.

Hjartastöð í jafnvægi er jafn tær og barnshugur sem elskar skilyrðislaust, án fordóma og á auðvelt með að fyrirgefa. Það er ekki fyrr en hinir fullorðnu særa barnið og kenna því fordóma að sakleysið víkur fyrir ótta, skömm og vörn. Það er síðan okkar að hreinsa í burtu þennan ótta, skömm og fordóma til að hjartastöðin geti orðið björt og fögur aftur.

97

Hjartastöðin er líka tengingin við sálina og hlutverk okkar í lífinu. Sálin veit miklu betur en egóið hvað er best fyrir okkur og þess vegna er betra að hlusta á hjartað þegar við stöndum frammi fyrir ákvörðun. Egóið vill það sem er best núna, en sálin sér miklu lengra fram í tímann. Ef við veljum samkvæmt því sem egóið vill, fáum við þær lexíur sem egóið þarf og ekki endilega þær skemmtilegustu.

Opin hjartastöð

Þegar hjartastöðin er opin eigum við auðvelt með að finna til með öðrum. Við fáum hreinlega verk í brjóstið þegar við sjáum aðra þjást. Það verður óbærilegt að horfa á ofbeldismyndir eða hvers kyns ofbeldi á fólki og dýrum eða í hvaða myndum sem það birtist og það þýðir ekkert að reyna að sefa okkur með því að þetta sé bara bíómynd eða sviðsetning. Fyrir okkur er þetta jafn sársaukafullt, vegna þess að við finnum sársaukann í orkunni. Meira að segja hasarmyndir eru of svakalegar.

Við erum tilfinningalega viðkvæm, jafnvel ofurviðkvæm og það særir okkur djúpt þegar aðrir reiðast og sýna yfirgang. Við tökum nærri okkur hranalega framkomu annarra en getum ekki sýnt öðrum sams konar framkomu, hörfum frekar og sleikjum sárin í einrúmi, því við höldum að aðrir upplifi álíka sársauka og við.

Við erum næm á líðan annarra og finnst við jafnvel bera ábyrgð á líðan þeirra. Ef við finnum ekki eigin styrk, er hætta á að við verðum hrædd við viðbrögð annarra og þá er stutt í meðvirkni þar sem við lekum orkunni til sterkari einstaklinga. Tengingar við þá sem við lekum orku til eru í hvatastöðinni, en óttinn við viðbrögðin situr í hjartastöðinni.

Einstaklingar með opna hjartastöð leitast yfirleitt við að sjá það jákvæða í aðstæðum og forðast neikvæðar aðstæður og ágreining. Því jákvæðari sem manneskjan er því hærri er orkutíðnin. Þegar einstaklingur sem er jákvæður að eðlisfari þarf að vera innan um neikvætt fólk, reynir hann eðlilega að halda orkunni uppi á sinni tíðni, á meðan sá neikvæði leitast hins vegar við að draga hinn jákvæða niður. Samskiptin verða eins og bardagi á orkusviðinu sem endar venjulega á því að sá jákvæði missir orku til þess neikvæða.

Því er afskaplega mikilvægt að umgangast helst þá sem eru á sömu tíðni og við sjálf. Ef við þurfum endilega að umgangast fólk sem kýs að vera neikvætt, er mikilvægt að verja okkur orkulega og taka ekki inn á okkur þótt fólkið sjái Grýlu í hverju horni og sé sannfært um að allt fari á versta veg.

Einstaklingar með opna hjartastöð eiga það til að taka erfiðar tilfinningar annarra inn á sig og gefa of mikið af sér og þá er stutt í depurð. Vegna þess hversu viðkvæmir þeir eru, upplifa þeir sig öðruvísi, jafnvel geðveika og að þeir passi hvergi inn í hörðu samfélaginu. Sérstaklega ef þeir rekast ítrekað á fólk sem kemur andstyggilega fram við aðra og leitast við að brjóta þá niður til að upphefja sjálft sig. Fólkið þyrfti ekki að vera svona andstyggilegt, en af því það hefur ekki hugrekki til að takast á við eigin sársauka, leitast það við að koma honum yfir á aðra.

Þetta mun breytast eftir því sem samfélagið þroskast, orkutíðnin hækkar og fleiri næmir einstaklingar fæðast. Það verður spennandi að sjá hvernig samfélagið verður eftir 50 ár. Ekki að ég ætli að lifa svo lengi, heldur hyggst ég fylgjast með að handan.

Vanvirk hjartastöð

Ef hjartastöðin er vanvirk hættir okkur til að vera neikvæð í hugsun og tali. Það er beinlínis erfitt að vera jákvæður. Okkur finnst við lítils virði og ekki eiga skilið að vera elskuð. Við eigum erfitt með að treysta öðrum og að hleypa fólki inn fyrir varnirnar og þess vegna finnst okkur að enginn elski okkur. Það er þægilegra að halda öllum úti en að hætta á að verða særður.

Hjartastöðin getur orðið vanvirk ef foreldrar eru með vanvirka hjartastöð og geta ekki gefið af sér neina ást. Þessir foreldrar eru sjaldnast stjórnsamir eða yfirgangssamir, heldur hreinlega svo bældir sjálfir að þeir geta ekki gefið af sér. Eins og alltaf erum við ekki að dæma, eingöngu að skilja orsakir svo við getum unnið með þær.

Það er líka hægt að loka á sér hjartastöðinni með sígarettum og áfengi. Á tímabili fyrir mörgum árum upplifði ég mig fasta í ákveðnum aðstæðum og það eina gleðilega sem ég lét eftir mér var að fá mér aperitíf klukkan fimm á daginn. Alls ekki fyrr því í mínum huga þýddi það að ég væri alkóhólisti. Ég fékk mér bara eitt glas og stundum annað um kvöldið. Það var unaðslegt að finna afslöppunina líða um líkamann og ég fann meira að segja fyrir smá gleði. En það leið varla sá morgunn að ég óskaði þess ekki að lífið færi nú að verða búið.

Á þessum tíma vissi ég ekki hversu illa áfengi fer með taugarnar. Áfengi slekkur á stressviðbrögðum líkamans með því að minnka virkni taugakerfisins og heilans og þess vegna finnum við afslöppunina, en það eyðir líka serótónín taugaboðefnum sem hjálpa okkur að upplifa gleði og þar sem taugakerfið og heilinn eru vanvirk, heftir það endurnýjun serótónínsforðans. Þar af leiðandi verður ómögulegt að upplifa gleði í marga daga á meðan áhrif áfengisins eru að dvína og nýr forði að byggjast upp. Í hvert skipti sem ég fæ mér glas af víni finn ég hvernig lífið verður gleðisnautt og tilgangslaust í marga daga á eftir.

Áfengi bælir hjartastöðina, sem og öll deyfiefni svo sem sígarettur, eiturlyf eða örvandi efni, og lokar þar með á sálina. Hjartastöðin er ennþá þarna, en það er eins og tjald sé dregið fyrir. Margir leita einmitt í örvandi eða deyfandi efni til að deyfa sársauka sem dvelur í hjartanu. Í stað þess að vinna í sársaukanum, höldum við áfram í sama farinu, dofin og óhamingjusöm.

Í hjartastöðinni búa tilfinningar eins og depurð, sorg, ótti við höfnun, örvænting, ást og hamingja. Þetta eru allt eðlilegar tilfinningar sem við eigum að geta tekist á við. Að neita sjálfum okkur um að finna til er að neita okkur um að elska. Við getum ekki elskað ef hjartastöðin er lokuð, bæld eða dregið fyrir.

Flest okkar koma með hjartasár úr öðrum lífum í formi orkustíflna. Þá geta ýmis atvik orðið á lífsleiðinni til þess að mynda litlar stíflur í hjartastöðinni. Í þessu lífi getum við hreinsað hjartastöðina og fundið innri styrk til að standa með sjálfum okkur í kærleika.

Líkamleg einkenni

Hjartastöðin hefur áhrif á lungu, hjarta, vélinda, brjóst, brjóstbak, bringubein, handleggi og hendur.

Þeir sem þjást af hjartsláttartruflunum, brjóstverkjum, lélegri blóðrás, lágum eða háum blóðþrýstingi eða hafa jafnvel fengið hjartaáfall ættu að skoða tilfinningar og kenndir í hjartastöðinni. Brjóstakrabbamein og ber í brjóstum tengjast líka hjartastöð.

Krabbamein er leið okkar til að hreinsa stíflur úr fyrri lífum út úr orkulíkamanum og því hjálpar að heila orkuna til viðbótar þeim meðferðum sem fólk kýs. Ég segi ekki að hægt sé að lækna krabbamein með heilun, heldur að heilun geti losað orkustíflur svo það verði auðveldara fyrir líkamann að heila sig sjálfur. Ef meinið er þegar komið í líkamann fer það algjörlega eftir einstaklingnum, ákvörðunum hans áður en hann kom inn í þetta líf, viðhorfum og hugsunum, hvort takist að lækna það.

Einstaklingar með astma ættu að skoða hjartastöðina. Í nokkur ár fékk ég oft astmaköst og þurfti að nota astmapúst til að ná andanum aftur. Síðan tók ég eftir því að ég fékk alltaf astmaköst þegar ég var á fundum út af syni mínum. Hann var greindur með ADHD, OCD og Tourette, svo það voru margir fundir með BUGL, nokkrum skólum, barnavernd ofl.

Um leið og byrjað var að ræða hans mál þá byrjaði ég að hósta. Fyrst fékk ég mér nokkra sopa af vatni sem ég var alltaf með í flösku. Því næst fékk ég mér hálsbrjóstsykur og þegar það dugði ekki, fór ég fram til að pústa mig og þá venjulega rénaði þetta nógu mikið til að ég gæti klárað fundinn.

Hóstakirtillinn er beintengdur hjartastöðinni, þannig að þegar tilfinningarnar rótast upp í orkustöðinni, bregst hóstakirtillinn við. Það var ekki fyrr en ég áttaði mig á tengingunni og fór markvisst að heila hjartastöðina að þetta skánaði. Í hvert sinn sem ég fór að hósta á fundum lagði ég hendina á hjartastöðina og bað andlegu leiðbeinendur mína um að róa stöðina. Fyrir svefninn setti ég oft hendurnar á hjartastöðina og bað um heilun um nóttina. Eftir að ég áttaði mig á tengingunni milli astmans og hjartastöðvarinnar þurfti ég aldrei á pústinu að halda.

Á tónleikum eða í leikhúsi þegar einhverjar tilfinningar rótast upp í hjartastöðinni kemur líka þessi þörf fyrir að hósta og ég geri það sama. Set hendina á hjartastöðina og bið um að hún verði róuð. Það virkar alltaf.

Hjartastöðin hefur áhrif á bein, sinar og vöðva á þessu svæði og niður í handleggi. Þegar við fáum tak undir herðablaðið eru það tilfinningar í hjartastöð sem valda.

Seiðing niður í handleggi má rekja beint til tilfinninga í hjartastöð. Sérstaklega eru efri hjartastöðvarnar tvær tengdar handleggjunum, þannig að ef þær geyma einhver gömul hjartasár, getur það leitt niður í handleggi þegar sársaukinn er endurvakinn. Því er gott að skoða fyrri líf þegar við fáum nístandi verk sem leiðir niður í handlegg og lýsir sér eins og klemmd taug í öxlinni.

Einu sinni fékk ég heiftarlegan verk niður í hægri handlegg, svo mikinn að ég gat ekki hreyft hann án þess að liði næstum yfir mig. Ég gat ekki lyft hendinni til klæða mig, greiða mér, mála mig eða neitt. Handleggurinn hékk bara gagnslaus niður meðfram búknum. Eftir nokkra daga, þegar ljóst var að verkurinn var ekkert að lagast, fór ég loks til læknis sem úrskurðaði mig með frosna öxl og sagði að ég yrði líklega frá vinnu í að minnsta kosti þrjá mánuði. Læknirinn gaf mér ávísun á verkjalyf og beiðni til sjúkraþjálfara.

Þetta var í upphafi forsetaframboðsins og ég mátti ekkert vera að því að vera frá af verkjum í heila þrjá mánuði, auk þess sem ég varð að geta greitt mér og litið vel út fyrir framboðið. Þannig að ég hafði samband við vinkonu mína sem er heilari.

Þegar hún spurði hvort mér hafði verið hafnað af einhverjum undanfarið, rifjaðist upp að maður nokkur sem ég hafði fengið áhuga á, reyndist svo ekki hafa sama áhuga á mér. Það passaði, sama dag og hann sagðist ekki hafa áhuga byrjaði verkurinn. Ég hafði ekkert tekið höfnunina nærri mér, en þegar við fórum að grafa dýpra reyndist þetta vera eldgamalt hjartasár frá fyrra lífi gagnvart sömu sál. Nú kom það upp á yfirborðið, svo hægt væri að hreinsa það út.

101

Við byrjuðum að vinna með höfnun og heila þetta gamla sár. Ég sendi manninum ljós, klippti á alla strengi okkar á milli, fyrirgaf honum öll skiptin sem hann hafði hafnað mér og fyllti sjálfa mig með kærleiksljósi og ást til sjálfrar mín. Jafnframt kom önnur vinkona mín í heimsókn og tók mig í Bowen meðferð.

Ég fékk ekki tíma hjá sjúkraþjálfara fyrr en eftir heila viku svo ég gerði æfingarnar sem læknirinn hafði mælt með, þ.e. að láta handlegginn hanga og hreyfast í litla hringi eins og verkurinn leyfði. Verkjalyfin hjálpuðu mikið til að deyfa sársaukann og smám saman urðu hringirnir stærri og stærri. Þegar loksins kom að fyrsta tímanum hjá sjúkraþjálfaranum gat ég lyft handleggnum upp lárétt frá öxlum.

Tíminn hjá sjúkraþjálfara reyndist fokdýr og ég þegar á góðri leið með að heila mig sjálf, svo ég afþakkaði pent og reddaði þessu bara sjálf. Ég var farin að geta notað hendina við flest allt og eftir mánuð gat ég lyft handleggnum alla leiðina upp.

Við getum heilað okkur sjálf með orkumeðferðum og æfingum og með því að komast strax að rót meinsins var hægt að lækna það miklu hraðar en ella. Frosna öxl eða klemmda taug í öxl má þannig rekja beint til efri hjartastöðvanna og einhvers konar sársauka í þeim. Næst þegar þú finnur verk á þessu svæði, skoðaðu hvort þú hafir upplifað nýlega höfnun eða sorg og heilaðu það.

Stundum er eitthvað sem fyllir mælinn. Við geymum ef til vill mörg hjartasár og erfiðar tilfinningar í hjartastöðinni, en það háir okkur ekki. Síðan endum við í vinnu sem við erum óánægð með og þá fara alls konar krankleikar af stað. Ég veit um konu sem þjáðist af brjóstsviða á meðan hún var í starfi sem henni líkaði alls ekki. Vanlíðan í starfi bættist við öll hjartasárin sem hún geymdi og gerði henni erfiðara fyrir. Um leið og hún hætti í starfinu, hætti brjóstsviðinn.

Annað dæmi er maður sem geymdi svo mörg hjartasár að hann var farinn að fá hjartsláttartruflanir þegar hann var nálægt rafmagnstækjum. Við eigum alveg að þola að vera nálægt rafmagnstækjum en þegar orkulíkaminn er tæpur þolum við minna. Þetta á einnig við um myglu, gæludýr og ýmsa fæðu.

Þriðja dæmið er maður sem missti föður sinn í æsku. Þá var aldrei talað um tilfinningar eða dauðann og börnum jafnvel haldið frá jarðarförum til að valda þeim ekki óþarfa örvinglan. Foreldrið er þá allt í einu horfið og aldrei minnst á það til að ýfa ekki upp sárin. En þegar maðurinn missti móður sína háaldraða af eðlilegum orsökum, ýfði það upp sárin frá því þegar faðir hans dó, hann fékk hjartsláttartruflanir og endaði á sjúkrahúsi. Þannig geta atburðir í nútíðinni hreyft við gömlum sárum.

Þegar fólk fer í jarðarfarir er það ekki endilega að gráta þann sem farinn er í það skiptið, heldur syrgir alla sem það hefur misst í gegnum tíðina. Hleypir sorginni út. Jarðarfarir þjóna þannig heilandi hlutverki fyrir okkur öll.

Barn sem er með astma, kemur með hjartasár inn í lífið. Ástæðan er ekki að barnið hafi fæðst með astmann, heldur að tilfinningaorkan í hjartastöðinni gerir því erfiðara að takast á við áreiti. Það er alveg þess virði að prófa að vinna bug á astmanum með heilun og dáleiðslu þar sem unnið er með þessar gömlu minningar í undirmeðvitundinni.

Þegar fólk vill sýna meiri samkennd heldur en það er tilbúið til, skýtur það höfðinu fram og heldur hjartastöðinni aftar til að verja hana. Það þorir ekki að opna hjartastöðina af ótta við að verða sært.

Hluti af þjálfun leikara felst í því að byggja upp traust og henda út skömm og ótta svo þeir geti verið sannir í hlutverkum sínum og staðið beinir. Leikið frá hjartanu. Tilfinningin skilar sér til áhorfenda og útgeislunin verður svo miklu meiri. Þegar leikari hallar sér fram, er hann í raun aðeins með höfuðið í hlutverkinu. Áhorfendur sjá kannski ekki muninn, en þeir skynja hann gjörla og þar skilur á milli stórleikara og sæmilegra leikara.

Þeir sem upplifðu ekki nægilega ást í æsku hættir til að verða hoknir svo axlirnar slúta fram yfir búkinn. Þetta er tilraun til að vernda hjartastöðina eða okkur sjálf fyrir sársauka, því okkur finnst að enginn elski okkur. Herðablöðin standa út og sumir fá jafnvel kryppu, þegar sársaukinn er orðinn svo mikill að hann kemur út að aftan. Eitt sinn sá ég mæðgur, unga konu með dóttur sína sem var kannski ellefu ára. Móðirin gekk mjög hokin og dóttirin var orðin alveg eins. Þarna var móðirin svo særð sjálf að hún gat ekki veitt dóttur sinni þá ást sem öll börn þurfa.

Allir þurfa ást og jafnframt að finna þá sannfæringu að þeir séu velkomnir í heiminn. Ein af æfingum fyrir hjartastöðina er einmitt að þrýsta brjóstinu fram og teygja handleggi út til hliðanna. Þannig lærum við að treysta því að það er í lagi að elska og eftir því sem við elskum okkur sjálf meira, finnum við til meiri ástar til allra annarra.

Í hjartastöðinni geymum við tilfinningar eins og ást, kærleik, gleði, hamingju, hjálpsemi, fyrirgefningu, von, hrifningu og samkennd, en einnig sorg, depurð, hatur, kvíða, ótta, einsemd og vonbrigði.

Sorg

Sorg fylgir ýmsum áföllum. Eftir ástvinamissi getum við upplifað svo mikla sorg að hægt er að fá hjartaáfall og deyja. Brostnar vonir geta líka valdið sorg, ef til dæmis okkur er sagt að barnið okkar sé langveikt eða með þroskahamlanir.

Það er líka eðlilegt að upplifa sorg við skilnað. Fólk getur fundið til sorgar yfir að hafa misst maka og félaga sama hverjar ástæður voru fyrir skilnaðinum. Í upphafi hjónabandsins voru ákveðnar væntingar sem stóðust ekki og kannski bætist við að okkur finnst við nú vera misheppnuð í samböndum.

Það getur verið gríðarlegt áfall ef maki eða sambýlismaður/kona heldur framhjá og í gang fer sorgarferli, ekki ósvipað og þegar við missum ástvini, hvort sem ákveðið er að skilja eða tjasla upp á sambandið.

Það tekur tíma að vinna sig í gegnum sorgarferli. Fyrst kemur doði eða afneitun á atburðinum, við trúum hreinlega ekki að hinn látni sé farinn eða makinn hafi haldið framhjá. Að þetta sé bara draumur sem við munum einn daginn vakna upp af.

Þegar við áttum okkur á að þetta er ekki draumur, koma upp alls konar tilfinningar, eins og til dæmis ægilegur söknuður eða þrá til þess sem fór eða reiði og jafnvel sektarkennd. Við förum yfir atburðinn eða aðdragandann í huganum og reynum að finna hvernig hefði mátt koma í veg fyrir andlát, slys, veikindi eða framhjáhald. Hvað gerðum við rangt?

Þegar barn er greint með sjúkdóm eða raskanir eru tilfinningar foreldra blendnar. Bæði léttir að hegðun barnsins er ekki þeim að kenna, en eins sorg eða vonbrigði yfir að barnið muni kannski aldrei lifa „eðlilegu" lífi. Á sama tíma kemur upp reiði eða (sjálfs)ásökun og foreldrar leita skýringa á sjúkdómi barnsins hjá sjálfum sér, makanum og ættingjum.

Sumir fara að leita að blórabögglum fyrir dauða þess sem fór en sú leit er tilgangslaus því allir deyja þegar þeirra tími er kominn. Sumir festast á þessu stigi og lögsækja hjúkrunarfólk eða lækna, en það er bara sóun á fjármunum, því það færir okkur ekki aftur ástvini eða heilbrigði. Reiðin getur líka beinst að hinum látna sem kannski skildi okkur eftir með skuldir eða óleyst vandamál eða jafnvel bara tómleikatilfinninguna.

Það er líka eðlilegt að upplifa sektarkennd ef við vorum fegin þegar ástvinurinn kvaddi þennan heim. Ástvinurinn var jafnvel búinn að vera veikur í mörg ár og orðin byrði á aðstandendum. Þá verður óhjákvæmlega léttir hjá aðstandendum að geta nú sinnt öðrum málum, jafnvel eigin fjölskyldu. En léttinum getur fylgt sektarkennd því það er eins og við séum að svíkja hinn látna með því að vera fegin þegar hann er farinn.

Þriðja stig sorgarferlis er síðan djúpstæð sorg og grátköst. Líf okkar með hinum látna rifjast upp, bæði góðar stundir og erfiðar. Við gleymum okkur í dagdraumum og virkum dofin og vanvirk. Þessu getur líka fylgt kvíði fyrir framtíðinni, sérstaklega ef við vorum háð þeim sem fór, fjárhagslega eða tilfinningalega.

Síðasta stigið er svo sátt. Við sættum okkur við að barnið sé langveikt og muni jafnvel aldrei geta lifað eðlilegu lífi. Í stað þess að syrgja eða reiðast, beinum við kröftum okkar að því að leita leiða til að gera líf barnsins betra.

Við sættumst við að makinn hafi haldið framhjá. Þör geta náð að vinna úr framhjáhaldi og reynslan getur dýpkað sambandið. Ef ekki, erum við bara ánægð með að vera laus eða rifjum upp hvað okkur mislíkaði í fari fyrrverandi maka. Kannski passar nýja konan eða maðurinn miklu betur við þinn fyrrverandi og þín bíður einstaklingur sem passar þér miklu betur en hann eða hún. Hjónaband gengur í báðar áttir og því geta báðir aðilar lært af reynslunni og haldið áfram. Það gengur betur næst.

Við sættum okkur við að ástvinurinn sé farinn og fyllum tómarúmið með þakklæti fyrir þann tíma sem við áttum með honum. Við höldum kannski áfram að tala við hann, enda er það eðlilegt, því þeir látnu eru áfram með okkur í anda og geta talað við okkur í gegnum hugsanir okkar.

Það hjálpar að vita að lífið hér á jörðinni er aðeins lítill hluti tilveru okkar sem sálar. Þetta líf er bara eins og eitt leikrit af mörgum þar sem við leikum einhver hlutverk, elskum hvert annað, kljáumst, rífumst, berjumst og fyrirgefum. Þegar leikritið er búið förum við öll saman í partí og erum öll bestu vinir. Þetta voru bara hlutverk sem við lékum til að læra sjálf af aðstæðunum.

Ástvinir sem deyja snemma, bíða okkar hinum megin þar til við höfum lokið okkar hlutverki, alveg eins og þeir sem eru með lítil hlutverk bíða þar til sýningin er búin, svo allir geti fagnað saman á eftir. Við þurfum því ekki að dvelja í sorginni.

Sorg er eins og aðrar tilfinningar ekki eitthvað sem við veljum og þess vegna er mikilvægt að leyfa henni að koma upp á yfirborðið. Í hvert sinn sem við ákveðum að einhverjar tilfinningar eru ekki velkomnar, fara þær undir yfirborðið og beint í orkulíkamann. Við þurfum því að viðurkenna sorgina til að hún fái útrás.

Þegar drengurinn minn var yngri gat hann verið mjög erfiður. Hann slapp alveg við orðaflauminn sem tengist Tourette, var með einhverja kæki, en það versta var þrjáhyggjan og ofbeldið sem því tengdist. Ef hann beit í sig að hann yrði að fá eitthvað, eins og til dæmis nýjan tölvuleik, hætti hann ekki fyrr en hann fékk leikinn eða kallað var á lögregluna til að stoppa hann. Hann hikaði ekki við að berja mig og ógna okkur foreldrunum með hnífi eða hamri eða hverju því sem næst var. Hann var sterkur að eðlisfari en þegar hann reiddist varð hann óviðráðanlegur. Ég sagði honum að hann gæti ekki verið á heimilinu ef hann væri svona ofbeldisfullur. Að sjálfsögðu skellti hann bara við skollaeyrum, því hver lætur taka barn af eigin heimili?

Svo loksins kom að því að hámarkinu var náð og hann tekinn af heimilinu 14 ára gamall. Fram til þess hafði ég grátbeðið Barnavernd mörgum sinnum að taka hann af heimilinu því þetta var orðið svo erfitt, en þegar það gerðist loksins helltist sorgin yfir mig. Sorg yfir að hafa ekki getað gefið barninu mínu það sem það þurfti. Sorg yfir að hafa mistekist. Sorg yfir að hafa brugðist honum. Yfirþyrmandi sorg og tómarúm.

Ég grét þegar ég þreif herbergið hans og í hvert sinn sem ég sá eitthvað sem minnti mig á hann. Ég var með mikla sektarkennd yfir að hafa þurft að láta hann fara. Hvers konar foreldri lætur barnið sitt frá sér?

Samt fann ég fyrir svo miklum létti. Heimilið varð allt í einu friðsælt og við hin gátum lifað eðlilegu lífi aftur. Mér leið eins og ég hafði verið uppi í miðjum hvirfilbyl í mörg ár og allt í einu var stormurinn búinn og ég lent. Eingöngu þögn og kyrrð.

Ég bað Guð um að passa drenginn minn og finna góða fósturfjölskyldu fyrir hann, því þá var í hámarki umræða um kynferðislega misnotkun á fósturheimilum ríkisins og reyndi að treysta að allt færi vel.

Í fyrstu fór hann ekki langt, heldur í athvarf í borginni fyrir börn sem geta ekki verið á heimili sínu, venjulega vegna drykkju foreldra eða vanrækslu (sem minnti mig á hversu vanhæf ég upplifði mig). Við hittum hann einu sinni í viku eða oftar og fengum þar með tækifæri til að venjast brottförinni. Svo fór hann í fóstur út á land til afskaplega góðs fólks og kom heim einu sinni í mánuði.

Þótt þetta hafi reynst honum erfið reynsla, hafði þetta samt góð áhrif, því þarna sá hann að ofbeldi er ólíðandi og þegar hann kom til baka eftir rúmlega ár, passaði hann sig mikið á að grípa ekki aftur til ofbeldis. Sorgin og sektarkenndin hjá mér rénuðu smám saman og véku fyrir þakklæti fyrir hjálpina sem við fengum þarna.

Við upplifum mismikla sorg. Sumir upplifa hana sterka og gráta mikið, öðrum finnst smánarlegt að gráta og byrgja sorgina inni. Í raun er miklu betra að gráta mikið heldur en að byrgja hana inni.

Sumir festast í sorginni og halda að ef þeir sleppi henni séu þeir að vanvirða minningu hins látna. Að sá látni muni þá falla í gleymsku. Þetta tengist því að halda að ekkert bíði okkar eftir dauðann, svo við þurfum að skilja eitthvað eftir sem sönnun fyrir því að við höfum verið til.

Við þurfum enga sönnun, því sálirnar muna sjálfar öll líf sem við höfum verið í og alla reynslu. Fyrir þá sem finnst þægilegra að vita af öllu niðurskráðu má nefna Akasíuskrárnar, sem geyma allt sem einhvern tímann hefur verið og framtíðina líka.

Stundum upplifum við miklu meiri sorg heldur en efni standa til og þá er oft um að ræða sorg úr fyrri lífum sem tengjast sömu persónunni. Til dæmis móðir sem fyllist mikilli sorg við það að fullorðinn sonur eða dóttir flytur að heiman. Það er eðlilegasti hlutur að synir og dætur flytji að heiman og því ættum við ekki að upplifa svona mikla sorg. Þegar fyrra líf er skoðað kemur í ljós að móðirin hefur oft misst barnið, það dáið eða tekið frá henni af einhverjum ástæðum. Uppsafnaða sorgin kemur þá öll upp þegar barnið er „tekið frá henni" í þessu lífi.

Sorg er eðlileg og þarf sinn tíma. Þegar þurfti að láta svæfa fyrsta hund fjölskyldunnar, eins og hálfs árs gamlan, vegna þess að hann þjáðist svo mikið, tók það mig viku að jafna mig. Ég sagði öllum frá fráfallinu og leyfði mér að vera sorgmædd. Ég grét eins og ég hefði misst barnið mitt og fannst það hálf kjánalegt, en gat samt ekki annað. Eftir viku var ég hætt að gráta í hvert sinn sem ég sagði frá því að hann væri dáinn. Nú minnist ég hans með kærleika í hvert sinn sem ég hugsa til hans og vona að hann hafi fæðst fljótt aftur sem heilbrigður hvolpur.

Stundum er sorg notuð sem hækja eða afsökun fyrir að leita ekki lífsfyllingar. Þetta hljómar e.t.v. kaldranalega, en þar sem sannleikurinn verður að fara hér inn er nauðsynlegt fyrir einhverja að heyra þetta. Lesendur taka þetta bara til sín ef það á við.

Stundum upplifum við sorg í hvert skipti sem við gerum eitthvað sem sá látni hefði haft gaman af. Þetta er óþarfi, því sá sem er farinn upplifir þetta allt saman með okkur í kærleika og gleði. Þeim finnst ekkert betra að við séum að fylla okkur af sorg og sektarkennd yfir að við skulum vera lifandi en þeir ekki. Þeir eru alveg jafn lifandi og við.

Ástvinamissir getur verið hræðilega erfiður. Það er erfitt að sjá á bak einhverjum sem þú elskar og reiknaðir með að hafa hjá þér allt fram í andlátið. En mannslíkaminn er eins og búningur í leikhúsi, eða bíll sem við notum til að ferðast um hér á jörðinni. Við hættum ekki að vera til þótt við skilum bílnum. Við erum áfram sálir og jafnvel nær þeim sálum sem eru í líkama, því við getum ferðast um á örskotstundu og verið á mörgum stöðum á sama tíma.

Því fyrr sem við vinnum úr sorgarferlinu og skiptum út sorg fyrir kærleika því betra. Við getum minnst þeirra sem eru farnir með kærleika og þakklæti og þar með setjum við jákvæða orku inn í hjartastöðina, í stað þess að safna þar þungri og staðnaðri orku sorgar og sektarkenndar. Það skiptir máli hvernig orku við setjum inn í orkustöðvarnar, því þung orka staðnar.

Sektarkennd yfir að við skulum vera lifandi en ekki þau er tilgangslaus. Þau völdu að fara snemma og vildu prófa stutt líf af einhverri ástæðu, jafnvel bara nokkra mánuði í móðurkviði. Kannski vildu þau fæðast fljótt aftur og þurftu bara þessa einu stuttu reynslu í þetta sinn. Kannski vildu þau tengjast okkur til að geta unnið með okkur á sálnasviði, án þess að skapa sér nýtt karma. Ástæðurnar geta verið margar og við skiljum þær ekki endilega. Meira að segja þeir sem farast í náttúruhamförum eða af slysförum ákváðu það áður, á sálnasviði. Fólkið sjálft hafði yfirleitt enga vitneskju um þetta plan, þótt sumir virðast vita það innst inni að þeir muni ekki lifa lengi.

Verum meðvituð um hvernig við minnumst þeirra sem eru farnir. Það er hægt að breyta sorg í kærleika. Þeir sem eru farnir vilja miklu frekar að við minnumst þeirra með kærleika heldur en sorg.

Kærleikur

Kærleikur og ást eru sama fyrirbærið, þó svo kærleikur sé hlutlausara orð, á meðan ást er eiginlega frátekin fyrir ástarsambönd og sambönd milli foreldra og barna.

Í hjartastöðinni er þetta sami hluturinn, hlýja tilfinningin sem byrjar í hjartanu, breiðist út um allan líkamann og nærir bæði okkur og þá sem við elskum.

Kærleikur kemur ekki endilega af sjálfu sér. Það þarf að læra að sýna kærleik. Þeir sem eru með lokaða hjartastöð og fastir í neikvæðu munstri og sífellt að finna að, upplifa ekki mikinn kærleik. Það er ekki pláss fyrir hann í neikvæðninni. Neikvæða mynstrið stafar yfirleitt af því að fólk er fast í aðstæðum sem það vill ekki vera í, en í stað þess að gera eitthvað í málunum og breyta, dettur það í sjálfsvorkunn og hjálparleysi. Fólk þarf að velja að breyta lífi sínu og gera aðstæðurnar ásættanlegar eða breyta viðhorfinu í sátt.

Um leið og viðhorfið breytist og við förum að veita því jákvæða í lífi okkar athygli og þakka fyrir það sem við höfum, byrjar kærleikurinn að vaxa. Kærleikur vex ekki í neikvæðu umhverfi, alveg eins og blóm vaxa ekki á malbiki. Blóm gætu hins vegar vaxið í sprungum þar sem glittir í von.

Kærleikur er ekki eitthvað yfirborðskennt fyrirbæri, einhvers konar sparisvipur sem við setjum upp þegar við viljum sýnast þroskaðar verur. Kærleikur er ekki að vera smeðjulegur, segja eitthvað fallegt við einhvern en baktala hann um leið og hann er kominn úr augsýn. Kærleikur er ekki að brosa til fólks og sýnast vingjarnlegur en hugsa á meðan hvað viðkomandi sé ömurlegur eða hallærislegur. Kærleikur er ekki heldur undirgefni eða að rétta alltaf hina kinnina. Kærleikur er skilyrðislaus ást, en líka að setja mörk, segja að við samþykkjum ekki að vera stjórnað með ótta eða jafnvel senda eigin börn í fóstur ef þau eru stjórnlaus.

Það er meðvirkni að láta bara alltaf eins og ekkert sé. Meðvirkni er ekki kærleikur. Á meðan við erum meðvirk með öðru fólki erum við að hindra þroska þeirra. Einhver orðaði það þannig að meðvirkir væru þroskaþjófar og það er gott að hugsa að við erum ekkert endilega að gera öðrum gott með því að leyfa þeim að komast upp með alls kyns vitleysu.

Ég er ekki að tala um að tuða. Ef fólk er ekki tilbúið að breytast er ekkert sem við getum gert. Við getum bara breytt sjálfum okkur og boðið aðstoð okkar til þeirra sem vilja þiggja.

Kærleikur er alltaf skilyrðislaus. Ef þú finnur virkni aukast í sólarplexus þegar þú ert góður við einhvern þá gæti egóið verið að stjórna. Egóinu líður vel þegar við gerum góðverk til að bæta eigin sjálfsmynd, til að okkur líði betur og jafnvel til að segja frá því og fá jákvæða staðfestingu til baka á hversu góðar manneskjur við séum. Kærleikur kemur innan frá og þarf ekki staðfestingu frá öðru fólki.

Kærleikur er æðsta heilunaraflið. Við erum öll bræður og systur í kærleik og hjálpumst að við að ná meiri þroska. Þessi hjálp getur verið sáraukafull en æðsta takmark hverrar sálar er að þroska sig og hjálpa þeim sem vilja þroskast. Egóið hefur síðan allt annan tilgang og heldur að hjálpin felist í að hlífa öðrum eða reyna að breyta þeim.

Kærleikur er alheimsaflið, það sem heldur heiminum gangandi, þótt okkur finnist það langt frá því að vera svo þegar yfir okkur dynja daglega fréttir af ofbeldi og viðbjóði. En án kærleiks væri enginn heimur, engin jörð, ekkert líf. Innsti kjarni okkar er kærleikur. Sálin er hreinn kærleikur. Því meiri kærleik sem við fyllum okkur af innan frá, því stærra pláss fær sálin.

Þegar við hunsum sálina og álítum hana ekki einu sinni vera til, erum við ekki að upplifa kærleikann í sinni dýpstu mynd. Þeir sem trúa því að mannfólkið sé bara líkamar með einhverja óútskýrða vél við stjórnvölinn og að lífið sé bara þetta efnislega og sjáanlega, missa af svo mörgu. Auðvitað er hægt að vera kærleiksríkur án þess að trúa á líf eftir dauðann en það vantar skilninginn á að við séum öll eitt. Það vantar stóru myndina sem útskýrir karma og hvers vegna við eigum að koma vel fram við aðra, elska þá og fyrirgefa.

Einsemd

Ég hef sjaldan verið eins einmana eins og þegar ég bjó í milljónaborginni London rétt fyrir lok síðustu aldar. Á tímabili var ég atvinnulaus og hafði ekki einu sinni vinnufélaga til að spalla við. Allt í kringum mig var fólk en það minnti mig bara á hvað ég var átakanlega ein í heiminum. Fólk í stórborgum talar ekki við ókunnuga, heldur flýtir sér á milli staða til að þurfa ekki að horfast í augu við einsemdina.

Á síðasta ári skrapp ég til Japans með eldri syni mínum og þar sem við sátum í lestinni einn daginn horfði ég á fólkið í kringum okkur. Allir voru í símunum sínum nema tvö börn sem gjóuðu augunum feimnislega til hvors annars. Þau þekktust ekki og þorðu því ekki að tala saman. En allt fullorðna fólkið nema ég og sonur minn einungruðu sig í símunum. Kannski til að forðast þessa nagandi einmanakennd þegar þú ert umkringd fólki sem talar ekki við þig.

Þetta er ekki einskorðað við Japan. Í stórborgum forðast fólk að horfa í augun á öðrum af ótta við að þeir bregðist illa við. Fólk er hrætt við annað fólk.

Einmanakennd er tilfinningin þegar þér finnst að enginn hafi tíma fyrir þig, engum finnst þú vera nógu merkileg til að vera með þér og að engum þyki vænt um þig. Einmanakennd sprettur upp úr skorti á sjálfsást. Á sama tíma og við erum hrædd við höfnun og þorum ekki að stóla á annað fólk, erum við að deyja úr þörf fyrir ást og nánd við annað fólk. Við hugsum með okkur: „Af hverju vill enginn elska mig?"

Vissulega höfum við mismikla þörf fyrir annað fólk. Sumir vilja bara hverfa í fjöldann í stórborgum og ekki tala við neinn; aðrir þrífast best í samskiptum við annað fólk.

Þeir sem alast upp við höfnun af einhverju tagi eða skort á ást, upplifa oft mikinn einmanaleika, því þeir draga sig oft í hlé áður eða um leið og aðrir virðast ætla að fara að hafna þeim. Þeir eru hræddir við að gefa af sér og því einangra þeir sig. Einangrun fylgir einmanakennd.

Ást virkar ekki þannig að ef ég gef þér nógu mikla ást og þú gefur mér nógu mikla ást til baka þá verðum við bæði hamingjusöm. Ástin verður fyrst að beinast að okkur sjálfum og síðan að öðrum. „Ég elska sjálfa mig .... og allt sem er."

Einmanakennd eða einsemd er orka sem sest í hjartastöðina og getur farið að hafa áhrif á efnislíkamann, svo fólk verður hokið og niðurlútt. Þeir sem upplifa stundum einmanakennd en rífa sig svo upp þess á milli og hitta skemmtilegt fólk, geta náð að skipta út einsemdarorkunni fyrir gleðiorku.

Einmanakennd er í raun ótti við höfnun og skortur á sjálfsást. Í stað þess að bíða eftir að aðrir hafi tíma fyrir þig er ráð að kynnast sjálfum þér betur. Hvað finnst þér skemmtilegt að gera? Hvað færir þér gleði?

Hvernig ertu með öðru fólki? Ertu svo upptekin af því að fæla ekki fólkið frá að langanir þínar víkja fyrir þeirra? Eða ertu svo ósveigjanleg í mannlegum samskiptum að fólk hrökklast í burtu? Þar með ertu ekki að hleypa öðrum inn fyrir skelina. Fólk verður að fá að kynnast þér.

Við gefum af okkur með því að sýna frumkvæði og stinga upp á einhverju sem okkur finnst skemmtilegt. Í hvert sinn sem við gerum eitthvað sem okkur finnst skemmtilegt, fyllum við okkur af gleði og jákvæðri orku og verðum þar af leiðandi sterkari en þegar við erum að gera það sem öðrum finnst skemmtilegt. Þessi gleði geislar svo frá okkur sem jákvæð orka til annarra án þess að tapa okkar eigin.

Í stað þess að bíða eftir að vinir hringi í þig, hringdu þá í vin og kannaðu hvort hann sé til í að gera eitthvað með þér.

Getan til að vera einn er líka getan til að elska. Þetta hljómar kannski sem öfugmæli en þetta er sannleikurinn. Þeir sem elska sjálfa sig og eru rólegir innra með sér, geta elskað aðra, gefið af sér og náð til innsta kjarna hins aðilans án þess að eigna sér hann eða verða háðir honum. Þeir gefa hinum algjört frelsi því þeir vita að þótt hinn aðilinn fari, þá verða þeir sjálfir alveg jafn hamingjusamir eins og þeir eru núna. Hinn aðilinn getur ekki tekið frá þeim hamingjuna, því hún var ekki gjöf frá þeim.

Ef þú finnur að þú ert farinn að safna einmanakennd í hjartastöðina og finnur depurðina læðast inn, segðu þá í huganum eða upphátt að þú elskir sjálfan þig. Í stað þess að bíða eftir að aðrir hafi tíma fyrir þig, gefðu þér þá sjálf tíma fyrir þig.

Hatur

Tilfinningar hafa misþunga orku og tíðni. Skilyrðislaus kærleikur hefur léttustu orkuna og hæstu tíðnina. Hatur er á hinum enda skalans, með lægstu tíðnina og svo þunga orku að hún hreyfist varla og stíflar flæðið. Því meira sem við hötum, því stærri verða stíflurnar. Því oftar sem við hugsum til þess sem við hötum, því meiri þungri orku söfnum við.

Það er eðlilegt að fyllast viðbjóði gagnvart fólki sem gerir eitthvað hræðilegt við okkur. Það er líka eðlilegt að finna til haturs þegar glæpurinn skaðar okkur svo að sárin virðast óendanlega djúp. En hatrið hefur verri áhrif á okkur heldur en á þá sem hatrið beinist gegn. Þeir finna líklega ekki fyrir neinu, því tíðni þeirra sem misnota aðra eða fremja hræðilega glæpi er svo lág. Við hins vegar þjáumst áfram. Þegar við geymum hatur í garð einhverrar manneskju, er hún í raun að sigra með því að særa okkur áfram.

Það er því mikill sigur fyrir okkur að sleppa hatrinu. Að vorkenna viðkomandi er betra en að hata því þetta er bara ung sál, sem enn er að skapa sér karma með því að særa aðra eða föst í slæmu karma. Aðilinn mun þurfa að borga fyrir gjörðir sínar á einhvern hátt í þessu lífi eða næstu lífum. Alheimurinn sér um það. Okkar er að heila okkur sjálf, vinna úr sársaukanum, aftengja persónuna úr orkunni okkar og sleppa tilfinningunum sem tengjast atburðunum.

Stolt og ótti er yfirleitt það sem kemur í veg fyrir að við fyrirgefum öðrum og sleppum hatrinu. Stífla myndast í sólarplexusinum og hindrar orkuna í að komast upp í hjartastöðina til að fyrirgefa.

Ótti við að eitthvað gerist aftur getur hindrað okkur í að fyrirgefa og sleppa. En með því að óttast erum við að kalla það til okkar aftur. Við löðum að okkur það sem við hugsum, þannig að ef við erum með sífelldar áhyggjur yfir því að eitthvað gerist, erum við að auka líkurnar á að það muni gerast.

Ef við getum ekki fyrirgefið manneskjunni er alla vega betra að gera tilfinningarnar í hennar garð hlutlausar og fyrirgefa sjálfri þér. Sleppa minningunni og persónunni úr orkulíkamanum og leyfa alheiminum að sjá um réttlætið.

Hatur er semsagt sú orka sem hefur lægstu tíðni og stíflar orkuflæðið hvað mest. Það hefur mest áhrif á okkur sjálf og engin á þann sem hatrið beinist gegn. Þess vegna er best að reyna sem fyrst að vinna úr því.

Ótti

Ótti í hjartastöð er ótti við höfnun og einsemd. Óttinn situr sem fastast og fer ekki fyrr en við gerum okkur grein fyrir honum og ákveðum að losna við hann.

Það er eðlilegt að einstaklingur sem upplifir höfnun í æsku af öðru eða báðum foreldrum, verði hræddur við frekari höfnun. Hann leitast við að gera öðrum til hæfis og setur sjálfan sig í annað sæti, verður meðvirkur. Jafnframt mun hann líklega upplifa höfnun í aðstæðum þar sem aðrir upplifa ekki höfnun, allt þar til hann gerir sér grein fyrir mynstrinu og ákveður að sigrast á óttanum.

Ótti við höfnun veldur því að fólk þorir ekki að hleypa neinum inn í hjartað, ef ske kynni að ástin verði ekki endurgoldin. Í staðinn er gripið til alls konar leikja, eins og að þykjast ekki vera hrifið eða ráðskast með þá sem sýna þeim athygli og jafnvel niðurlægja. Ótti við höfnun getur líka falist í því að þola illa gagnrýni, því það gæti þýtt að einhverjum líki ekki við okkur, hvort sem það er vinnufélagi, vinur eða elskhugi.

Of margir hanga í vondu sambandi því þeir eru hræddir við einsemd. Þeir vilja frekar búa með manneskju sem niðurlægir þá, heldur framhjá eða er tilfinningalega lokuð, frekar en að vera einir.

Eftir að við höfum gert okkur grein fyrir óttanum, getum við fjarlægt hann meðvitað hvar sem hann er og þá finnum við hvernig léttir á okkur. Þegar ég fjarlægði óttann, ímyndaði ég mér hann eins og svart slím í brjóstinu sem ég tók út með höndunum. Í heilan dag ýmist greip ég ímyndað slímið með hendinni úr brjóstinu og kastaði út í loftið, eða bað Guð um að fylla brjóstið af hugrekki og sá fyrir mér hvernig brjóstið fylltist af hugrekkisljósi.

Eftir að við fjarlægjum óttann einu sinni, finnum við í hvert sinn þegar einhver reynir að koma honum inn aftur. Það er svo margt í samfélaginu sem reynir að fylla okkur ótta, s.s. fréttir, auglýsingar, samstarfsaðilar, yfirmenn, vinir og fjölskylda sem sjálf eru full ótta. Við þurfum að velja að vera óttalaus og vera meðvituð í hvert einasta sinn sem einhver reynir að koma að hjá okkur ótta.

Kvíði

Þeir sem upplifa mikinn ótta og óöryggi sem börn eða fullorðnir, gætu reynt að forðast allt sem er ókunnugt og ekki í hinu fasta daglega munstri. Allt sem er öðruvísi vekur kvíða.

Barn eða fullorðin manneskja sem verður fyrir árás eða ofbeldi, reynir að ná stjórn á aðstæðum til minnka líkurnar á að það gerist aftur. Þess vegna er allt óvænt svo skelfilegt, því þar með missir manneskjan stjórnina og óvissan kveikir á óttaviðbrögðum. Stjórnsemi og kvíði eru því náskyld og kvíðinn kemur þegar okkur finnst við ekki hafa stjórn á aðstæðum.

Ég þekki einstæðan föður sem er mjög stjórnsamur og verður alveg frávita af kvíða ef gleymist að kaupa mjólk eða eitthvað smávægilegt. Í stað þess að hugsa að það sé allt í lagi að vera mjólkurlaus í einn dag og skrifa á miða fyrir næsta dag, eru hans fyrstu viðbrögð að varpa ábyrgðinni yfir á einhvern annan, hver gleymdi að kaupa mjólkina. Í æsku refsaði pabbi hans honum fyrir minnstu frávik, svo hann er ennþá með gamla óttann í sér.

Kvíði sest í hjartastöðina og getur lýst sér eins og þyngsli fyrir brjósti eða stundum verkur vinstra megin. Ef viðkomandi viðurkennir ekki kvíðann og tekst á við hann, safnast hann upp, þar til hann springur út í kvíðakasti. Slíkt kvíðakast getur verið jafn sársaukafullt eins og að fá hjartaáfall.

Andstæðan við kvíða er traust: Að treysta því að allt fari vel og að við fáum hjálp, jafnvel úr óvæntri átt, til að gera það sem við viljum eða þurfum.

Segjum til dæmis að okkur vanti vinnu og atvinnuleysisbæturnar renna út eftir þrjá mánuði. Það er eðlilegt að finna fyrir kvíða og ótta en sumir láta kvíðann yfirtaka sig og eru frávita af áhyggjum í þessa þrjá mánuði. Svo einmitt þegar bótatímanum lýkur kemur frábært starf upp í hendurnar á okkur. Þá erum við búin að eyða þremur mánuðum í vanlíðan, sem hefðum getað notað í að gera eitthvað sem okkur langaði til, eins og að ferðast um landið, skrifa bók eða fara á námskeið.

Í stað þess að þjást af áhyggjum er betra að sækja um til dæmis þrjú störf á viku og senda út beiðni til Alheimsins um að rétta starfið komi til okkar. Treysta að andlegir leiðbeinendur og þeir sem vinna með okkur hinum megin, sjái okkur fyrir því sem við þurfum. Sleppa áhyggjunum og njóta tímans. Við gerum það sem hægt er að gera, þ.e. sækja um störf og láta vini og ættingja vita að við séum að leita. Það bætir ekki stöðuna að kveljast í kvíða og dregur bara úr okkur orkuna.

Annað dæmi. Einu sinni keyptum við nýja íbúð áður en við seldum þá gömlu. Upp blossaði ótti við að okkur tækist ekki að selja í tæka tíð, gætum ekki borgað af báðum íbúðunum og endað á því að missa þær báðar.

Ég var ekki enn búin að læra að treysta fullkomlega á þessum tíma og hét því á Strandakirkju að ef okkur tækist að selja gömlu íbúðina fyrir ákveðinn tíma, þá myndi ég borga ákveðna upphæð til kirkjunnar. Íbúðin seldist á þessum tíma og allt gekk upp. Hins vegar stórhækkaði íbúðarverð skömmu síðar, svo þótt okkur hefði ekki tekist að selja strax hefðum við einungis grætt á því.

Óttinn málar skrattann á vegginn. Ef við hugsum neikvætt eru meiri líkur á að hlutirnir fari þannig. Ef við hins vegar felum þeim á efri sviðum að selja fyrir okkur íbúðina og treystum því að allt fari vel, þá mun allt fara vel. Við munum kannski ekki selja íbúðina strax og leigja hana í nokkra mánuði eða ár þar til það er jafnvel hagstæðara að selja. Aðalatriðið er að fela þeim verkefnin og sleppa svo.

Við erum með fullt af hjálpendum á efri sviðum sem vinna með okkur. En það er erfiðara fyrir þá að vinna með okkur þegar við erum samankreppt í kvíða og ótta. Auðvitað er ekkert auðvelt að sleppa og treysta, en það kemur með æfingu og vilja og eftir því sem sem verkefnin stækka verðum við betri í því.

Kvíði myndar orkuhnúta í hjartastöðinni sem stækka eftir því sem við geymum meiri kvíða. Þessir orkuhnútar geta svo haft áhrif á öndun og hjartslátt þannig að við höldum að við séum komin með einhvern sjúkdóm. Í raun er þetta bara kvíði sem við getum unnið með.

Að takast á við kvíða er eins og að fara í gegnum jarðgöng. Það er myrkur rétt á meðan við göngum í gegn, en því fyrr sem við dembum okkur í gegn, því fyrr komumst við út hinu megin.

Farðu inn í kvíðann eins og þú sért að fara inn í göng með því að segja aftur og aftur upphátt: Kvíði, kvíði, kvíði, kvíði, kvíði, kvíði ... Finndu hvernig tilfinningin magnast og rénar síðan eftir því sem við segjum þetta oftar og þú kemst út í ljósið hinu megin. Þegar tilfinningin er farin ertu komin í gegnum kvíðann í þetta sinn. Gerðu þetta í hvert sinn sem þú upplifir kvíða.

Kvíði er merki um að við þurfum að losna við gamlan ótta og læra að treysta. Kannski þurfum við að koma okkur úr óviðunandi aðstæðum og þá er hægt að biðja um hjálp til þess. Biðja um að fá að sjá leiðir til úrlausnar. Þegar við erum róleg eiga andlegir leiðbeinendur auðveldara með að sýna okkur leiðina.

Elskaðu sjálfa þig

Í rótarstöðinni meðtökum við hvort við séum velkomin í þennan heim og lærum að mæta grunnþörfunum; í hvatastöðinni leyfum við okkur að skapa og lærum að draumar skipta máli; Í sólarplexus samþykkjum við okkur eins og við erum hér og nú; og í hjartastöðinni lærum við að elska okkur sjálf.

Orðið sjálfselska hefur hingað til haft neikvæða merkingu og er notað um sjálfhverfu, skeytingarleysi og virðingarleysi við aðra. Börnum er kennt að forðast sjálfselsku, því enginn vill vera eins og Narcissus sem var svo hugfanginn af eigin spegilmynd í tjörninni að hann datt út í og drukknaði. Að elska sjálfan sig er þannig ávísun á vandræði og glötun.

En að læra að elska sjálfan sig er eitt af mikilvægustu atriðum lífsins. Ég er ekki að tala um að horfa tímunum saman á spegilmynd sína í ástarvímu eins og Narcissus, heldur að samþykkja sig eins og maður er. Elska sjálfan sig með öllum kostum og göllum. Elska sig nógu mikið til að sinna grunnþörfunum, segja nei þegar það á við og virða sjálfan sig nógu mikið til að leyfa draumunum að rætast.

Þegar við elskum okkur sjálf getum við elskað aðra. Þá löðum við að okkur einstaklinga sem taka okkur eins og við erum. Þegar við ekki elskum okkur sjálf löðum við að okkur einstaklinga sem eiga að kenna okkur að elska okkur sjálf. Nema kennslan er alls ekki blíð og ljúf, heldur harkaleg og sársaukafull. Þessir aðilar vilja breyta okkur og fylla okkur af skömm, sektarkennd og ótta. Það er svo ekki fyrr en við lærum að elska okkur sjálf að okkur tekst að sigra þetta fólk.

Það er munur á því að elska okkur sjálf, þ.e. að finnast við vera mikilvæg og á því að réttlæta gjörðir okkar. Þegar við réttlætum gjörðir okkar og afsökum það sem við gerum rangt, erum við ekki að taka ábyrgð á eigin gjörðum.

Á meðan við elskum ekki okkur sjálf lendum við í alls konar aðstæðum sem eiga að hreyfa við okkur. Oftast eru þetta sársaukafullar aðstæður, því reynslan hefur sýnt að við lærum ekkert þegar aðstæður eru hagstæðar. Þegar allt er ljúft og gott verðum við bara værukær og huglaus. Þegar á móti blæs og við leitum að lærdómnum, neyðumst við til að finna styrk, hugrekki og sjálfskærleika og læra að treysta því að allt fari vel.

115

Ef við efumst um okkur sjálf erum við að eyða óþarfa orku. Við erum með áhyggjur af hvað öðrum finnst um okkur eða hugsum hvað við eigum bágt og allt sé glatað. En þegar við elskum okkur sjálf beinum við athyglinni að því sem við erum að gera gott í lífinu og því sem við viljum. Okkur gengur betur í lífinu og erum hamingjusamari.

Orkan beinist þangað sem athyglin er, þannig að við veljum hvorn hluta lífsins við viljum stækka. Viljum við eyða orkunni í vorkenna okkur og efast um hæfileikana eða viljum við nýta orkuna til að láta draumana rætast.

Annað fólk getur aldrei uppfyllt skort á sjálfsást. Það er sama hversu mikið einhver elskar þig, sú ást kemur aldrei í stað sjálfskærleika. Í stað þess að leita til annarra til að uppfylla þennan skort, getum við þulið upp mörgum sinnum „ég elska sjálfa mig", allt þar til við finnum kærleikann magnast í okkur.

Ástarsambönd

Nánd við aðra manneskju er ein af grunnþörfunum. Þó svo að við ætlum að vera sjálfstæð og óháð öðrum kemur að því að við þráum að elska og vera elskuð. Taugakerfið þarf blíða snertingu og góð og regluleg faðmlög, svo vellíðan flæði um líkamann. Því næmari sem manneskjan er því meiri snertingu þarfnast hún. Þess vegna tökum við áhættuna með ný ástarsambönd. Fyrstu vikurnar eða mánuðirnir eru svo ljúfir að þótt sambandið gangi ekki upp er það áhættunnar virði.

Þeir einstaklingar sem við hrífumst af endurspegla hvernig við sjáum okkur sjálf og hversu mikið sjálfsálit við höfum. Ef við þurfum að læra að standa með sjálfum okkur löðumst við að stjórnsömum einstaklingum. Ef við þurfum að læra að elska okkur sjálf, löðumst við að einstaklingum sem eiga erfitt með að sýna ást.

Tvær manneskjur með bullandi sjálfsefa eru kannski góðar saman í fyrstu þegar horft er í gegnum gleraugu hins ástfangna og báðir aðilar sýna sínar bestu hliðar. En hrifningin dvínar eftir ákveðinn tíma, einmitt þegar gallarnir að koma í ljós. Þeir sem ekki elska sjálfa sig eiga erfitt með að samþykkja galla í fari annarra, því þeir hafa ekki enn samþykkt eigin galla.

Við erum svo hrædd við að missa ástina ef við látum veikleika okkar í ljós að við reynum að halda þeim leyndum í lengstu lög og þykjumst vera eitthvað annað en við erum. En ástin þrífst ekki í þykjustuleik. Bestu samböndin eru þar sem báðir aðilar láta í ljós veikleika sína og þarfir og báðir vinna saman að því að uppfylla þarfir beggja.

Að vera berskjaldaður. *vulnerability* á ensku, þýðir að koma til dyranna eins og maður er klæddur. Að þykjast ekki vera meiri harðjaxl en maður er. heldur opna hjartað og leyfa sér að þarfnast annarra. Leyfa öðrum að hugga okkur og vera sterkari en við á stundum. Því nær kvikunni sem við hleypum ástinni okkar, því dýpra verður sambandið.

Þegar við erum hrædd við að verða særð, þorum við ekki að hleypa öðrum að hjartanu. Ástin verður skilyrt, „ég mun bara elska þig ef þú elskar mig á móti" og við reynum að þóknast öðrum til að öðlast ást þeirra. En þeirra ást er bara jafn skilyrt eins og okkar, þannig að þegar upphafshrifningin eða ástríðan dvínar er ekkert eftir.

Eina leiðin til að uppfylla þörfina fyrir nánd er einmitt að opna hjartað og taka sénsinn á að verða særður. Þess vegna er svo mikilvægt að elska sjálfan sig því þá verður ekki jafn auðvelt að særa okkur. Enginn getur tekið ástina frá okkur þegar hún kemur innan frá.

Ef við ætlumst til að ástvinur uppfylli allar okkar þarfir og færi okkur eilífa hamingju, verðum við fyrir vonbrigðum. Ástarsambönd koma aldrei í staðinn fyrir að samþykkja sjálfan sig og elska. Það er alveg sama hversu frábær manneskjan er, eigið samþykki þarf að koma innan frá. Þótt makinn sé sífellt að hrósa þér geturðu ekki tekið hrósinu fyrr en þú ert sátt við sjálfa þig. Annars nagar sjálfsefinn þig endalaust og þú fyllist afbrýðisemi og vantrausti gagnvart makanum.

Manneskja sem elskar sjálfan sig skilyrðislaust þarf ekki að leita annað til að fá samþykki og staðfestingu á að hún sé þess virði að vera elskuð. Hún veit um eigin kosti og galla og er því ekki að reyna að hafa hinn aðilann fullkominn til að upphefja sjálfa sig. Hún hefur skilning á kostum og göllum hins aðilans í sambandinu og veit að enginn er fullkominn. Hún veit líka að stundum, þegar erfiðlega gengur hjá henni, þarf hún umhyggju og aðhlynningu, alveg eins og hún er tilbúin að sýna hinum aðilanum það sama.

Þótt maki eða ástmaður ákveði að hann vilji ekki vera áfram í sambandinu, veit manneskjan að heimurinn mun ekki hrynja. Sú sem elskar sjálfan sig elskar allt mannkynið og því eru alltaf fleiri til að elska.

Þegar hamingjan kemur innan frá er ekki hægt að taka hana frá okkur.

Það er best að byrja ástarsambönd í hjartanu. Byggja kærleikstengingu á milli aðilanna sem styrkist í hvert sinn sem þeir hugsa til hvors annars af ást og kærleik. Að hoppa beint upp í rúm við fyrstu kynni er eingöngu tenging í hvatastöð, kynorkustöðinni. Vissulega er hægt að byggja upp tengingu eftir það, en það er miklu betra að leyfa kynferðislegu spennunni að byggjast hægt upp, samhliða ástinni í hjartanu.

Ef þig langar í ástarsamband er best að biðja leiðbeinendur þína að hjálpa þér að finna það sem hentar þér best.

En þótt ástvinurinn henti okkur fullkomlega er alltaf eitthvað sem hann getur kennt okkur. Í öllum samböndum er fólginn lærdómur. Á jafningjagrundvelli er lexían yfirleitt mildari heldur en þegar sambandið á að bæta sjálfstraustið. Lærdómurinn getur þá falist í því að vaxa saman og til dæmis læra að segja það sem okkur liggur á hjarta í stað þess að byrgja það inni. Meira um það í hálsstöðinni.

Kynlíf

Margir þeirra sem eru með stíflaða hjartastöð treysta á kynferðislegu spennuna í kynorkustöðinni. Þeir eru orðnir sérfræðingar í að kveikja á kynorkunni og laða til sín fólk.

Jafnvel þótt þeir séu giftir eða í sambandi fá þeir kikk út úr því að ná augnablikssambandi við fólk sem eins er ástatt fyrir, svo vellíðunartilfinningin streymir úr kynorkustöðinni um allan líkamann. Þetta verður ávanabindandi, svo þessir einstaklingar þurfa stöðugt að fá utanaðkomandi staðfestingu á að þeir séu eftirsóknarverðir.

Sumir ólust upp við brenglaðar hugmyndir um ást og kynlíf og þurfa að læra ný viðhorf. Kynorkutenging ein og sér endist bara í ákveðinn tíma og þegar kikkið hætt er ekkert eftir.

Hægt er að byggja ástarsamband út frá sólarplexus, velja maka sem varpar góðu ljósi á þá sjálfa og helst einhvern sem þeir álíta betri og þurfa að berjast fyrir. Þetta er leikur sem þarf að sigra. Köttur og mús. Annar veiðir hinn og á meðan báðir halda að þeir hafi verið sá sem veiddi, eru báðir ánægðir.

En samband sem byggist út frá sólarplexus er eins og viðskiptasamband. „Á meðan þú uppfyllir þær kröfur sem ég geri til maka, get ég verið með þér," „ef þú fitnar og eldist mun ég finna mér aðra konu/mann" eða „ef þú tapar peningunum og verður fátæk(ur), er ég farin(n)."

Sólarplexussambandið getur líka snúist um það að koma hvort öðru í gegnum nám, byggja sér húsnæði, eignast börn og ala þau upp með öllu því stússi sem því fylgir. Uppfylla væntingar samfélagsins. Svo þegar börnin eru farin að heiman og allt að róast í vinnunni er parið eins og ókunnugt fólk. Hvað gerðist? Jú, sambandið varð ekki nógu sterkt í hjartanu. Í raun var það bara rútínan og ímyndin út á við sem hélt parinu saman. En skilnaður er óhugsandi því fólk gæti „farið að tala" með þeirri skömm sem því fylgir.

Makinn endurspeglar þannig hvar í orkustöðvaskalanum við erum. Þar til við lærum að við erum velkomin í heiminn, löðum við að okkur maka sem veitir okkur fjárhagslegt öryggi en hunsar langanir okkar. Þar til við höfum tekist á við meðvirkni, löðum við að okkur maka sem valtar yfir okkur. Þar til við erum hætt að reyna að stjórna öllu, drögum við að okkur maka sem er undirgefinn. Þar við höfum eflt sjálfstraustið, löðum við að okkur maka sem gerir lítið úr okkur.

Þegar við elskum okkur sjálf löðum við að okkur manneskju sem elskar okkur skilyrðislaust. Kynlíf milli tveggja aðila sem elska hvorn annan af öllu hjarta er eins og ástarjátning, samruni tveggja sálna á líkamlegan hátt sem eingöngu er hægt í jarðlíkama.

Dýpsta kynferðislega fullnægingin er sú sem nær til hjartastöðvarinnar. Hún byrjar í kynorkustöðinni, kannski sem fiðringur við rófubeinið. Síðan breiðist hún út niður í rótarstöð og upp í höfuð. Fullnægingin ferðast eftir spíral sem liggur upp í gegnum búkinn og upp í höfuð. Eftir því sem við hreinsum burtu gamlar tilfinningar og úrelt viðhorf og þroskumst sem andlegar verur, opnast þessi spírall og hægt verður að fá andlegar fullnægingar, meira að segja án snertingar, bara með því að ímynda sér kynlíf eða kynda upp í kynorkunni. Fullnæging getur þannig verið líkamleg eða andleg og best er að fá á báðum sviðum samtímis.

Karlmaðurinn sendir kynorku inn í konuna þegar hann fer inn í hana og fær orku á móti ef hann er opinn fyrir því. Konan tekur við orkunni, sem fer upp í hjartað og sendir hjartaorku á móti til karlmannsins. Ef hjartastöð karlmannsins er opin, tekur hann við orkunni, sem síðan streymir áfram niður í kynorkustöðina aftur og út með limnum inn í konuna. Orkan streymir þannig í hring, í báðar áttir ef aðilar eru með orkustöðvarnar opnar. Stellingin sem parið er í skiptir ekki máli. En þetta verður að vera sönn ást, beint frá hjartanu, ekki kynlíf til að sýna yfirburði eða undirgefni.

Ef þessi hringrás er ekki fyrir hendi streymir orkan frá karlmanninum við sáðlát inn í konuna og karlmaðurinn verður algjörlega uppgefinn á eftir því hann tekur ekki á móti í staðinn. Hann sofnar jafnvel og er úr leik í marga klukkutíma á meðan hann safnar orku á ný. Konan er hins vegar full orku. Ef hún leyfði orkunni að streyma upp í hjartað er hún líklega að springa úr ást til elskhugans.

En karlmenn þurfa ekki að vera eins og útspýtt hundskinn eftir kynmök ef þeir leyfa sér að meðtaka ástina og orkuna inn í hjartað. Ef þeir leyfa sér að elska með hjartanu, helst orkuhringrásin og þeir fá alla þá orku sem þeir gefa, aftur til baka og meira til því við kynmök magnast orkan á milli elskendanna.

Hugsa með hjartastöðinni

Okkur er kennt að nota skynsemina til að greina rétt frá röngu. En skynsemin er afstæð og hægt að réttlæta allt með hæpnum rökum, sem svo standast ekki tímans tönn. Það má til dæmis færa rök fyrir því að stríð séu nauðsynleg fyrir efnahag þjóðar sem framleiðir vopn og heldur her eða til að bola ákveðnum harðstjóra frá völdum.

En þegar við hugsum með hjartanu er ekki hægt að nota falsrök, því sálin veit nákvæmlega hvað er rétt og hvað er rangt. Stríð eru aldrei nauðsynleg eða réttlætanleg. Það er aldrei hægt að réttlæta dráp á öðru fólki. Sálin er beintengd hjartanu og veit miklu meira heldur en heilinn, hugurinn eða skynsemin.

Heilinn eða hugurinn veit bara það sem honum hefur verið kennt og þarf að byggja skoðanir sínar á reynslu okkar í þessari jarðvist. Hjartað hefur aðgang að visku sálarinnar sem hefur mörg líf að baki og alls kyns andlega þekkingu.

Þegar við lesum andlegan texta sem okkur finnst við þekkja, þótt við höfum aldrei lesið neitt um þetta áður, er það sálin sem þekkir efnið. Þess vegna er miklu betra að lesa andlegan fróðleik og bækur eins og þessa með opnu hjarta. Sálin lætur okkur vita umsvifalaust þegar eitthvað samræmist ekki þeirri visku sem hún býr yfir.

Í gegnum hjartastöðina náum við líka dýpstu tengingunni við annað fólk. Þar er uppspretta ástar og samkenndar, sjálfsástar, óeigingirni, örlætis, góðsemi og virðingar.

Þegar við opnum hjartað og sýnum öðrum kærleik, hjálpum við þeim líka. Þeir sjá að það er óhætt að vera góður og sýna samkennd. Við búum til öruggt og styðjandi umhverfi þar sem aðrir finna ást og hlýju og skynja að þú dæmir ekki.

Grænn

Hjartastöðin er græn og því er allt grænt þess falið að heila hana. Grænir kristallar, göngutúr í grænni náttúru og græn föt. Hreinsaðu út gráa orku sem gæti verið fyrir í hjartastöðinni og sjáðu fyrir þér tæra græna orku umlykja þig eða streyma inn í hjartað. Í hvert sinn sem þú drekkur grænt te eða gengur úti í guðsgrænni náttúrunni geturðu sent heilandi orku inn í hjartastöðina.

Grænn er litur jafnvægis og rósemdar og þess vegna er svo gott að fara út að ganga í náttúrunni, eftir erfiðan dag, til að öðlast ró og endurhlaða orkuna. Grænn er fullkominn litur til að róa fólk sem finnur fyrir kvíða og til að róa blóðþrýstinginn og þess vegna er hann svo algengur á heilbrigðisstofnunum. Liturinn er líka góður til að vinna á móti reiði og óróa, því grænn er andstæður rauðum á litaspjaldinu og rautt espar upp reiði.

Litur efri hjartastöðvanna er hins vegar sterkbleikur. Þess vegna eru Rose quartz og margir bleikir kristallar líka góðir fyrir hjartastöðina. Ef þú sækir í bleika liti er líklegt að þú þráir meiri ást. Leitastu við að elska sjálfa þig og þá verður auðveldara að meðtaka ást annarra.

Í hvert sinn sem þú hugsar til hjartastöðvarinnar, réttir úr öxlunum, dregur andann djúpt og ákveður að elska sjálfa(n) þig, ertu að heila sjálfan þig.

Staðhæfingar fyrir hjartastöð

Aðalstaðhæfing hjartastöðvarinnar er: „Ég elska sjálfa(n) mig".

Fyrst mun lægra sjálfið mótmæla og segja þér að þetta sé nú algjört bull og bara sjálfselska. Það vilji enginn vera með sjálfselsku fólki og þetta sé bara leið til að verða enn meira einmana. Þá er einmitt mikilvægt að halda áfram og mótmæla lægra sjálfinu. Þylja hærra og yfirgnæfa efasemdarraddirnar.

Mikilvægt er að segja möntruna þar til lægra sjálfið er löngu hætt að mótmæla og jafnvel allt til enda þessa lífs. Í hvert sinn sem við erum einmana eða upplifum höfnun er gott að þylja hana aftur og aftur þar til við finnum tilfinninguna víkja.

Með tímanum getum við útvíkkað hana og sagt: „Ég elska sjálfa mig og allt sem er", þar með elskum við alla í kringum okkur líka.

Aðrar staðhæfingar eru:

Ég er sterk(ur)

Ég losa mig við allan ótta sem hefur hreiðrað um sig innra með mér

Ef öðrum líkar ekki við mig er það þeirra vandamál

Hjarta mitt er svo barmafullt af ást að það er ekki pláss fyrir höfnun eða einsemd

HÁLSSTÖÐ

Litur: Grænblár

Staðsetning: Á hálsi

Mótast: Hvort við fáum að segja það sem okkur býr í brjósti eður ei

Kirtill: Skjaldkirtill

Líkamleg áhrif: Háls, kok, munnur, nefbroddur, skjaldkirtill, hálskirtlar, hálssvæði og neðra andlit

Stærsta verkefnið: Að tjá það sem okkur liggur á hjarta án ótta við viðbrögð annarra

Mantra: Ég má segja það sem ég þarf að segja

HÁLSSTÖÐIN

TJÁNINGIN

Hálsstöðin er á hálsinum eins og nafnið gefur til kynna og tengist tjáningunni, hvort sem er í orði, skrifum, söng eða látbragði. Að segja það sem okkur liggur á hjarta heldur flæðinu gangandi, en að þora ekki að standa með sjálfum okkur og segja sannleikann stíflar flæðið.

Sannleikurinn þýðir ekki endilega að við eigum alltaf að segja það sem okkur finnst, gagnrýna hvenær sem færi gefst, upphefja okkur á kostnað annarra eða særa þá. Sannleikurinn snýr að sjálfum okkur. Segja þegar okkur gremst eða eitthvað særir okkur eða ef það er eitthvað sem við myndum vilja hafa öðruvísi. Það er alveg hægt að segja sannleikann án þess að særa aðra eða nöldra stanslaust.

Líkamleg einkenni

Líkamlega tengist hálsstöðin skjaldkirtlinum, hálskirtlunum, raddböndum, tungu, vörum, kjálkum, munnholi, koki, hálsi og eyrum. Það er ágætt að sjá hvort hálsstöðin sé tæp á því hvar við fáum flensueinkenni fyrst. Ef flensurnar hefjast

125

alltaf með særindum í hálsi er nokkuð víst að einhverjar blokkeringar eru í hálsstöðinni.

Vandamál í skjaldkirtli stafa af stíflum í hálsstöðinni. Skjaldkirtillinn getur verið vanvirkur eða ofvirkur eftir því hvernig orkustöðin er sjálf. Ofvirk orkustöð er eins og of hár blóðþrýstingur. Orkustöðin þarf að hafa meira fyrir því að starfa því stíflurnar hefta flæðið. Þeir einstaklingar sem tala mikið, glíma frekar við ofvirkan skjaldkirtil.

Vanvirkur skjaldkirtill bendir þá til vanvirkrar hálsstöðvar. Fyristöðurnar í orkustöðinni eru það miklar að orkan reynir ekki einu sinni að þrýstast í gegn og gefst upp. Einstaklingur með vanvirka hálsstöð tjáir sig ekki mikið og þegir frekar en að segja hvað honum finnst. Hann upplifir ákveðið hjálparleysi og vonleysi og finnst engu breyta þótt hann segi hug sinn.

Stíflurnar geta þá verið frá barnæsku eða fyrri lífum eða jafnvel vegna einhvers sem einstaklingurinn getur ekki tjáð. Til dæmis hræðilegt leyndarmál.

Ég á góðan vin sem glímir við vanvirkan skjaldkirtil. Þegar hann var þettán ára var fjölskyldan saman í bíl. Hann sat í aftursætinu, pirraður út í fósturpabba sinn, sem var mjög stjórnsamur og ofstopafullur. Þar sem hann fylgdist með pabbanum keyra óvarlega að venju, óskaði hann þess að pabbinn myndi lenda í slysi. Nokkrum mínútum síðar lentu þau í slysi þar sem móðirin lést. Alla tíð eftir þetta var hann sannfærður um að slysið hefði verið sér að kenna og þar með dauði móðurinnar.

Þetta hræðilega leyndarmál bar hann einn með sér í næstum fjörtíu ár eða þar til hann sagði mér það. Á þessum tíma var engin sálfræðiaðstoð fyrir börn sem missa foreldra sína, svo enginn gat sagt þrettán ára guttanum að þetta væri ekki honum að kenna. Hann gat ekki valdið slysi með því að óska sér. Ímyndaðu þér að vera sannfærður um að þú hafir valdið dauða móður þinnar, einu manneskjunnar í heiminum sem stóð með þér. Leyndarmálið og sjálfsásökunin sátu föst í hálsinum á honum í öll þessi ár og mynduðu stíflu sem orsakaði skjaldkirtilsvandamálið.

Það skiptir litlu máli hvort hálsstöðin sé vanvirk eða ofvirk. Aðalatriðið er að hreinsa út orkustíflurnar sem hindra flæðið. Það gerum við til dæmis með heilun, dáleiðslu og hvers kyns vinnu með tilfinningar og minningar. Stíflurnar koma fram eins og kverkatak, eins og einhver sé að kyrkja viðkomandi. En það er ekkert að óttast. Í meðferðinni er sú tilfinning losuð og hreinsuð í burtu.

Við getum líka farið inn í tilfinningarnar með því að endurtaka heiti þeirra aftur og aftur, þar til tilfinningin hefur breyst í yfirvegun og sátt.

Hálsbólga, eyrnabólga og barkabólga stafa allar af stíflum í hálsstöð. Oft er það þannig að hálsstöðin er stífluð að einhverju leyti, en svo kemur eitthvað upp á

126

þannig að við getum ekki sinnt þörfum okkar sem skyldi. Hálsstöðin er eins og flöskuháls á milli líkama og höfuðs, þannig að það þarf ekki miklar stíflur til að við förum að finna fyrir líkamlegum einkennum á svæði hálsstöðvarinnar, eins og til dæmis flensu.

Spenna eða verkir í kjálka benda til stíflu í hálsstöðinni. Verkir geta verið andlegir eingöngu og þá er nóg að hreinsa orkuna með heilun og þarf engin lyf eða neitt úr efnisheiminum.

Tjáning

Hálsstöðin byrjar að þróast um leið og við förum að tjá okkur sem börn. Fyrsti gráturinn og síðar fyrstu orðin, eru tjáning á þörfum eða því sem okkur finnst. Ef strax er byrjað að skamma okkur fyrir að segja það sem okkur finnst, eða ekki brugðist við þegar við grátum, byrjar orkan að staðna. Það er hægt að þagga niður í börnum með því að skamma þau eða refsa fyrir að standa með sjálfum sér.

Ég átti sjálf alltaf erfitt með að segja það sem mér fannst, ef það kæmi sér illa fyrir aðra. Eftir því sem ég vann meira í sjálfri mér stóð mér þetta meira fyrir þrifum. Eitt sinn spurði ég út í loftið eins og ég geri oft: „Af hverju á ég svona erfitt með að segja það sem mér finnst?" Sá ég þá fyrir hugskotsjónum eitt atvik sem varpaði algjörlega ljósi á ástæðuna.

Upp kom minning þar sem ég stóð fyrir framan skenkinn í húsi ömmu minnar, í sjokki yfir að hafa verið lokuð inni eftir að ég hafði maldað í móinn. Skenkurinn var hærri en ég svo ég hef verið um það bil þriggja ára. Það passar, því á þessum aldri bjó ég hjá ömmu minni um tíma. Hún var stórkostlega kona að mörgu leyti, en alin upp við það að börn eigi ekki að ybba gogg. Minningunni fylgdi að frammi í holi hafði ég verið að mótmæla einhverju þegar amma þreif í handlegginn á mér, dró mig inn í borðstofu og sagði að ég mætti ekki koma fram fyrr en ég væri orðin góð. Svo lokaði hún hurðinni.

Tilfinningin, óttinn, þar sem ég stóð fyrir framan skenkinn, búið að úthýsa mér úr mannlegu samfélagi nema ég gerði eins og aðrir sögðu, var ennþá í líkamanum eftir alla þessa áratugi og varnaði því að ég segði þegar mér mislíkaði.

Eftir þetta sagði ég aldrei þegar mér mislíkaði heldur hætti bara að umgangast það fólk sem særði mig á einhvern hátt. Síðustu árin fann ég hvernig hálsinn á mér stíflaðist þegar ég þurfti að segja eitthvað erfitt. Það var eins og einhver héldi fast utan um hálsinn og þrengdi að.

Það var gott fyrir mig að fá upp þessa minningu, því þannig gat ég unnið með hana og heilað hálsstöðina. Það hjálpaði að fara út að ganga og hugsa vel og lengi hvað mig langar að segja. Þar gat ég fengið útrás fyrir reiðina og hellt mér yfir viðkomandi án þess að orðin mynduðu varanlegt sár sem erfitt yrði að heila og samt staðið með sjálfri mér.

Það eru ekki bara ósögðu orðin sem festast í hálsstöðinni, heldur einnig óskrifuðu sögurnar eða leikritin sem okkur langar að semja, ósungnu lögin og ræðurnar sem við þorðum ekki að halda af því við vorum hrædd við að mistakast.

Þess vegna er svo mikilvægt að segja það sem okkur finnst, á kurteisan og yfirvegaðan máta. Þegar við látum reiði stjórna tjáningunni vilja orðin gusast hugsunarlaust út eins og vatn brýst yfir stíflu. Þess vegna er svo gott að fara út að ganga þegar stíflan er að bresta, því þegar við erum í ójafnvægi vilja koma út alls konar setningar sem erfitt er að taka til baka. Orð geta valdið djúpum sárum og eyðilagt margra ára samband að óþörfu.

En auðvitað eigum við ekki að vera svo hrædd við að særa að við þurfum alltaf að plana gætilega hvað við segjum. Ef aðili hefur sært okkur ítrekað með sínum orðum er ólíklegt að óvarkár orð okkar valdi svo miklum skaða. Í versta falli endar sambandið, enda var það óheilbrigt frá upphafi.

Á nefbroddinum eða rétt þar undir er lítil orkustöð tengd hálsstöðinni. Þegar við segjum eitthvað sem er ekki alveg samkvæmt sannleikanum þá byrjar þessi orkustöð að kitla nefið svo við fáum mikla þörf fyrir að klóra okkur undir eða einhvers staðar á nefinu. Til dæmis ef þú segir að þú borðir aldrei sælgæti en innst inni veistu að stundum færðu þér smá, eða framkvæmdastjóri fyrirtækis segir að allt sé samkvæmt ítrustu stöðlum, þegar hann veit að eitthvað klikkaði í síðustu viku. Fylgstu með því hjá sjálfum þér eða öðrum, eftir að þeir segja eitthvað sem þig grunar að sé vafasamt, hvort hendin fari upp að nefi. Eða fólkið brettir upp á nefið til að hrista pirringinn af sér.

Hálsstöðin er sem sagt tjáskiptamiðstöðin og það á líka við um tjáskipti við andlega leiðbeinendur okkar. Fyrst þegar ég byrjaði að skrifa um andleg mál fann ég svo greinilega áhrifin í hálsstöðinni. Ég hafði kannski setið í marga klukkutíma við skriftir og ekki sagt orð allan tímann, stóð svo upp og ætlaði að tala við fólk, en var þá hás eða rám. Það var eins og ég hefði verið með margra tíma upplestur. Eins þegar ég var í göngutúrum að ræða í huganum við andlega leiðbeinendur eða semja ræður í huganum, var ég hás þegar ég byrjaði að tala.

Heilbrigð samskipti

Best er að fá styrkinn upp í hálsstöðina frá hinum orkustöðvunum sem við höfum fjallað um. Þegar við tökum þennan styrk upp í hálsstöðina, vitum við hver við erum, hvað við stöndum fyrir, hvaða styrkleikar okkar eru og hvað við viljum. Styrkurinn felst í því að við verðum ekki minni menn eða konur þótt við segjum það sem okkur finnst. Við þorum að standa með sjálfum okkur og vegna þess að við tökum orðin í gegnum hjartastöðina munu þau ekki særa aðra. Orð geta kannski sært stolt annarra, en þau eru sögð af kærleika.

Orð sem koma út um hálsstöðina án þess að hafa styrkinn úr hinum stöðvunum geta verið eitruð. Ef við getum hvorki né þorum að segja það sem við viljum, heldur segjum eitthvað sem hefur allt aðra meiningu, þá verða aðrir óvissir um stöðu sína gagnvart okkur.

Manneskja sem elst upp á heimili þar sem ríkir ógnarjafnvægi eða allir eru meðvirkir með einum einstaklingi, lærir sjaldnast heilbrigð samskipti. Á yfirborðinu er allt slétt og fellt en undir niðri kraumar óánægja, óöryggi og ótti. Orðin og setningarnar sem koma út úr fólkinu eru kannski áferðarfalleg en merkingin er miklu svartari. Eða orðin falleg en tónninn harðneskjulegur og dómharður.

Ástæðan að baki slíkrar hegðunar er ótti við að vera særð eða gagnrýnd, að vera ekki nógu góð, að verða sér til skammar og svo framvegis. Allur ótti orkustöðvanna fyrir neðan kemur upp í hálsstöðina og varnar því að manneskjan segir það sem hún meinar.

Svo eru þeir sem láta allt fjúka og hirða ekkert um hvort orðin geti sært eða ekki. Oft er mikil uppsöfnuð reiði eða sektarkennd þar að baki. Á sama hátt koma tilfinningarnar úr hinum stöðvunum upp í hálsstöðina og lita orðin sem hrökkva af vörum okkar.

Stundum er betra að segja ekki neitt og það er til lítils að rífast í heilan dag ef það skilar engri niðurstöðu. Ef önnur manneskjan er föst í fórnarlambshugsunarhætti eða tekur reiðiköst af og til, er alveg sama hvað hin segir. Allt er öðrum að kenna hvort sem er. Fórnarlambið verður sjálft að koma sér út úr þessum hugsunarhætti og brjóta af sér ósýnilegu hlekkina sem það kennir öðrum um.

Best er að ritskoða allt sem við segjum með hjartanu. Meinum við það sem við ætlum að segja? Eru orðin kærleiksrík eða dómhörð? Eru þau sögð til að byggja persónuna upp eða brjóta hana niður? Orð sem sögð eru af kærleik, hvort sem það er eitthvað sem manneskjan vildi heyra eða ekki, koma frá hjartanu.

Stundum þurfum við að segja eitthvað sem gæti flokkast sem neyðarlegt. Til dæmis að benda manneskju á að hún sé með varalit á tönnum, eða pilsið fast í nærbuxunum. En hvort er betra að manneskjan gangi um með varalitinn á tönnunum eða með nærbuxurnar fyrir allra augum, eða að heyra það frá okkur? Ég er viss um að manneskjan verður guðslifandi fegin að heyra þetta, en samt sitjum við á okkur og segjum ekki neitt.

Stundum þurfum við að segja unglingunum okkar að fara í sturtu því þeir lykta svo illa að það er ekki hægt að vera í sama herbergi og þeir. Kannski þurfum við að segja vinkonu að hún þurfi sjálf að taka skrefið sem hún er svo hrædd við.

Kannski þurfum við að segja foreldrum sem vilja vernda okkur fram í rauðan dauðann að við séum fullvaxin og getum ráðið okkur sjálf. Að við þurfum að gera okkar mistök sjálf og það sé bara allt í lagi.

Segðu hvernig þér líður?

Við erum svo vön því að svara að okkur líði vel í hvert sinn sem við erum spurð, að við erum hætt að vita hvernig okkur líður. Spyrðu sjálfa þig: Hvernig líður mér í dag? Líður mér vel, er ég hamingjusöm og full af þakklæti, eða er ég þreytt eftir amstur undanfarinna daga? Er ég reið út í einhvern fyrir að hafa sýnt vanþakklæti eða hroka? Er ég döpur eða einmana? Eða kannski með sektarkennd gagnvart foreldrum sem ég hef ekki hringt í eða heimsótt í of langan tíma?

Næst þegar einhver nákominn spyr þig, prófaðu að segja hvernig þér líður í alvörunni og sjá hver viðbrögðin eru. Það er í lagi að tiltaka hvað maður þarf og er hluti af því að gefa af sér. Hleypa öðrum inn fyrir skelina. Að þurfa ekki að vera fullkominn.

Í ástarsamböndum er mikilvægast af öllu að segja hvort öðru hvernig ykkur líður. Vissulega er líka mikilvægt að hrósa hvort öðru oft og mikið, en þó alltaf þannig að hugur fylgi máli. Einnig er mikilvægt að sýna nánd og uppfylla þannig þörf hvors annars fyrir nánd og snertingu. En að segja þegar þér mislíkar án þess að kasta ókvæðisorðum er forsenda góðs samkomulags milli aðila.

Hvernig getur hinn aðilinn í sambandinu vitað hvernig þér líður ef þú segir aldrei neitt? Hvernig getur hann eða hún vitað hvað er að ef þú ferð bara í fýlu? Hvernig geta aðrir vitað hvað þú ert að hugsa, ef þú lokar þig af og þegir heilu dagana, eða þar til þú ert búinn að jafna þig?

Það er ótrúlega særandi að vera í sambandi með aðila sem hunsar makann í refsingarskyni fyrir eitthvað sem hann sagði eða gerði. Makinn veit kannski ekki hvað það var sem hann sagði eða gerði, sem gerði hinn svona fúlan. Og hvernig er hægt að bæta fyrir það sem maður veit ekki hvað er?

Það þýðir heldur ekkert að gráta bara yfir uppvaskinu eða loka sig grátandi inni á baði og koma svo fram eins og ekkert hafi gerst. Þó að það virðist óyfirstíganlega erfitt að segja það sem við þurfum til að standa með sjálfum okkur, er það nauðsynlegt.

Sumir eiga auðveldara með að skrifa heldur en að tala og þá er um að gera að nýta sér það. Það er alveg hægt að senda makanum tölvupóst eða skrifa bréf í tölvunni sem þú prentar út og bíður á meðan hann eða hún les það. Ef hjónabandið er byggt á trausti og vináttu, gefur makinn sér tíma til að lesa það sem þú hefur fram að færa. Ef hjónabandið er hins vegar byggt á samkeppni, meðvirkni eða þörf fyrir viðurkenningu, er ekki víst að svo fari, en þá er líka ástæða til að vinna með hjónabandið.

Það getur verið gott að fara til sálfræðings, því þar er hægt að segja það sem þarf án þess að makinn bregðist ókvæða við. Oft er það líka þannig að við höldum að makinn muni verða brjálaður ef við segjum eitthvað en svo bregst makinn allt öðruvísi við í raun.

Að þora

Sjálf er ég bogmaður og þeir tala yfirleitt áður en þeir hugsa. Stundum segi ég eitthvað sem ég meina vel og kemur beint frá hjartanu en fer illa í fólk. Þetta er jafnvel meint sem hrós frá mér en hægt er að misskilja ef fólk er þannig þenkjandi. Vinir mínir brosa stundum kankvísir þegar aðstæður verða neyðarlegar. Vandamálið er að það er yfirleitt ekki hægt að tala sig út úr svona aðstæðum.

Ástæðan fyrir því að ég nefni þetta hér er að þegar ég átta mig á að hafa sagt eitthvað rangt, kemur skömmin yfir mig og mér hættir til að hugsa hvað ég sé glötuð í mannlegum samskiptum og ómöguleg í alla staði. Áður setti ég skömmina beint í hálsstöðina og lofaði sjálfri mér að ritskoða hvert einasta orð. En nú reyni ég frekar að hugsa áður en ég tala en læt ekki smá mistök þagga niður í mér að eilífu og ef fólk getur ekki þolað að ég skuli segja það sem mér dettur í hug er það bara þeirra vandamál.

Skömm kemur í veg fyrir að við leyfum okkur að blómstra. Við erum kannski stödd í afmæli bestu vinkonu og dauðlangar að halda ræðu um hvað hún sé frábær kona og vinkona, en þorum ekki því við gætum hikstað eða gleymt því sem við ætluðum að segja. Konur eru sérstaklega hræddar við að verða sér til skammar. Því meira sem við sleppum skömminni, því auðveldara verður að halda ræður.

Við erum svo hrædd við að vekja á okkur athygli. Því meiri skömm sem við losum okkur við, því óhræddari verðum við að tjá okkur á almannafæri. Það skiptir ekki máli þótt við mismælum okkur eða hikstum. Það er bara fyndið og hægt að fá áheyrendur til að hlæja með sér að svoleiðis atvikum. Áheyrendum finnst miklu skemmtilegra að heyra ræðu sem er lifandi heldur en ræðu sem er svo vandlega skrifuð og þaulæfð að það er ekkert ferskt í henni.

Tjáning getur líka verið í skriflegu formi, hvort sem það eru dagbækur, leikrit, smásögur, ljóð eða skáldsögur. Skrif í hvaða formi sem er geta hjálpað okkur með tilfinningarnar og eigin persónulega þroska. Það hjálpar mikið að setja tilfinningarnar í ljóð til dæmis fyrir þá sem vilja knappt form, eða í skáldsögu fyrir þá sem hafa mikið úthald.

Það veitir tilfinningunum útrás að skrifa um þær, því þannig erum við að viðurkenna þær og upplifa á meðan við skrifum. Á meðan við ekki segjum frá, finnum við ekki styrkinn okkar.

Helmingurinn af samskiptum er að hlusta á aðra. Því er líka mikilvægt að leyfa öðrum að komast að og hafa sínar skoðanir, án þess að vera sífellt að reyna að fá þá til að komast á þína skoðun. Hálsstöðin er ekki í jafnvægi ef þú talar mestallan tímann, ekki frekar en ef þú þegir allan tímann.

Sumir eru svo ákveðnir í að vita allt best að þeir geta ekki hlustað á aðra. Bæði er það uppblásið sjálfstraust í sólarplexus sem og ofvirk hálsstöð sem hleypir ekki öðrum að. Ef einhver segir eitthvað sem fer á skjön við það sem við erum búin að ákveða að sé rétt, er eins og þessar tvær orkustöðvar fari á fullt við að hleypa engum nýjum fróðleik að. Þrjóskan í sólarplexus segir að við höfum réttara fyrir okkur á meðan talandinn í hálsstöðinni er á fullu að bauna út skoðunum okkar, helst þannig að við gefum hinum ekki tækifæri til að koma sínum sjónarmiðum á framfæri. Ef þetta á við þig er ráð að skoða sjálfstraustið í sólarplexus.

Þegar hálsstöðin er í jafnvægi eigum við auðvelt með að tjá okkur, bæði tilfinningar og hugsanir. Við erum heiðarleg og höfum ekki áhyggjur af því að orð okkar muni særa eða verða okkur til skammar. Við erum ekki feimnar veggjalýs, heldur sterkar konur og menn sem geta staðið upp og talað og líka hlustað á aðra.

Grænblár eða blágrænn

Grænblár litur hálsstöðvarinnar er sambland af bláum, grænum og gulum. Þess vegna felur liturinn í sér rósemi þess bláa, endurnærandi orku þess græna og örvandi orku þess gula. Þetta er fullkomin blanda rósemi og örvunar og gott að hafa litinn í stofu í litlu magni. Blágrænn er litur vatnsins og því góður litur fyrir baðherbergi, þar sem við stundum förum í bað til að slaka á og stundum til að hressa okkur við.

Blágrænn tengir saman innsæið í bláu innsæisstöðinni og græna litinn í hjartastöðinni sem felur líka í sér hinn gula úr sólarplexus. Þess vegna örvar blágræni liturinn sjálfsskoðun og persónulegan þroska.

Ef þig langar að örva hálsstöðina er ráð að vera með blágræna eða grænbláa slæðu eða bindi. Uppáhaldspeysan mín er í þessum lit og alltaf þegar ég er í henni líður mér vel.

Einu sinni sagði ég ömmu minni, þeirri sömu og fyrr í þessum kafla, að eitthvað væri blágrænt. Hún brást kröftuglega við að venju og sagði að liturinn Túrkís héti grænblár á íslensku. Við ræddum þetta í nokkra stund og hún hnikaði ekki frá sinni skoðun, en eftir á, þegar ég fór að hugsa um þetta komst ég að þeirri niðurstöðu að ef meira er af grænu í litnum heitir hann blágrænn en ef meira er af bláu heitir hann grænblár.

Staðhæfingar fyrir hálsstöð

Ég má segja þegar mér mislíkar

Ég má segja hvað ég þarf

Ég á auðvelt með samræður við fólk

Rödd mín er jafn mikilvæg og annarra

Ég á auðvelt með að finna réttu orðin

Ég á auðvelt með að hlusta á aðra

Ég tala frá hjartanu og af virðingu fyrir öðrum

Ég vel að hugsa og segja það jákvæða í aðstæðum

ENNISSTÖÐ

Litur:	Blár
Staðsetning:	Á enni milli augabrúna
Mótast:	Þegar þú ert tilbúin(n)
Kirtill:	Heiladingull
Líkamleg áhrif:	Höfuð, framheili, augu, enni, eyru
Stærsta verkefnið:	Að losna við efa
Mantra:	Ég treysti innsæinu

ENNISSTÖÐIN

INNSÆIÐ

Innsæisstöðin eða ennisstöðin er á enninu miðju. Hún opnast ekki fyrr en við erum tilbúin og byrjuð að vinna andlega vinnu. Við finnum þegar hún er opin með þrýstingi eða fiðringi á enninu og það borgar sig ekki að vera að þvinga hana til að opnast. Hún opnast þegar hennar tími er kominn, alveg eins og blóm opnast þegar tíminn er réttur.

Innsæið býr í ennisstöðinni og ímyndunin líka. Sumir eiga afskaplega erfitt með að ímynda sér og bendir það til að ennisstöðin sé lokuð. Það er ekkert alvarlegt, heldur getur fólk þá heilað sig með orðum eða möntrum, þar til það smám saman opnast fyrir ennisstöðina.

Ef ennisstöðin er stífluð treystir einstaklingurinn ekki eigin innsæi, hvað þá annarra. Hann á erfitt með að muna hluti og að læra eitthvað nýtt eins og til dæmis tungumál. Honum hættir til að dæma aðra og setja þá í kassa til að reyna að skilja þá, því hann getur ekki notað innsæið til þess. Hann alhæfir mikið og í hans augum er heimurinn svarthvítur, yfirleitt er allt á niðurleið, allir eru alltaf í símanum eða ekkert barn úti að leika lengur.

Það er ýmislegt sem getur blokkerað ennisstöðina, eins og til dæmis atburðir í fyrri lífum þar sem okkur var refsað fyrir að vinna andlega vinnu. Við vorum kannski grasalæknar eða sjáendur sem voru brenndir á báli fyrir „galdra". Kannski vorum við ljósmæður sem notuðu innsæið og ýmsar aðferðir við að lina þjáningar sængurkvenna og þegar vísindin yfirtóku fæðingar voru ljósmæður útskúfaðar og sneru sér jafnvel að fóstureyðingum. Það hefur svo margt gerst í sögu okkar mannanna sem útilokar innsæið og tengsl okkar við náttúruna að það er nokkuð víst að við höfum öll lent í einhverju.

Þegar við fæðumst munum við ekkert hvaðan við komum, að við séum eilífar sálir og höfum verið margoft í líkama. Það er lokað fyrir áföll úr fyrri lífum og þekkinguna sem við öfluðum okkur.

Að vísu fæðast sum börn með minningar um fyrra líf sem þau segja frá þegar þau byrja að tala, en fljótlega er skrúfað fyrir það þegar foreldrar og umhverfið viðurkenna ekki þá reynslu sem börnin eru að tala um.

Sonur minn, þá þriggja til fjögurra ára, sagði mér til dæmis að hann hefði búið hjá öðru fólki þar til það kviknaði í og þá hafi hann komið til okkar. Ég spurði hann nánar út í þetta og hann sagði að allir hefðu dáið nema hann, því hann faldi sig inni í skáp þegar eldurinn kviknaði. Mér fannst þetta að sjálfsögðu afar magnað, en smám saman gleymdi hann þessu.

Sum börn fæðast skyggn og sjá framliðna eða verur úr öðrum víddum. Þegar enginn í kringum þau sér það sama, skapar það ótta og óöryggi og því er oft brugðið til þess ráðs að láta loka fyrir. Þá er það ennisstöðinni sem er lokað. Sum börn sjá álfa og huldufólk og alls kyns náttúruvætti en eftir því sem þau eldast og komast að því að aðrir sjá ekki það sama, fyrirverða þau sig og forðast öll samskipti við verur af öðrum sviðum.

Þegar ennisstöðinni er lokað er eins og dregin sé gardína fyrir glugga. Það er alltaf hægt að draga gardínuna aftur frá þegar einstaklingurinn er orðinn fullorðinn og tilbúinn að meðtaka það sem hann sér.

Flestallir fæðast hins vegar án þess að sjá nokkuð úr öðrum víddum og þurfa að hafa fyrir því að læra að sjá eitthvað.

Í skynsemissamfélaginu er viðhorfið að það sem ekki sést, er ekki til og aðrar víddir útilokaðar eða skrumskældar með hræðilegum skrímslum sem enginn vill trúa að séu til í alvöru. Þar með er gardínan fyrir ennisstöðinni gerð úr efasemdum. Hana þurfum við flestöll að draga frá áður en við getum séð nokkuð.

Sjötta skilningarvitið

Innsæið er sjötta skilningarvitið. Það er ekki nóg að hlusta bara á orðin sem fólk segir eða hvort það brosir eða ekki. Innsæið segir okkur hvort viðkomandi sé að ljúga eða sé að lofa einhverju sem hann veit að hann getur ekki efnt. Við höfum eflaust öll hlustað á ræðu stjórnmálamanns eða ráðherra sem meinar svo greinilega ekkert af því sem hann eða hún segir. Eina stundina talar hann eða hún fyrir verndun náttúrunnar og þá næstu fyrir stækkun álvers. Eða ráðherra sem segist vera jafnréttissinni og nokkrum dögum síðar er gripinn glóðvolgur að fjalla um konur á niðrandi hátt.

Innsæið nýtist okkur vel þegar kjósa á fólk til ábyrgða í samfélaginu. Þegar ennisstöðin er opin eigum við auðveldara með að aðgreina þá sem einungis sækjast eftir völdum og frama frá þeim sem virkilega vilja bæta samfélagið og bjóða sig fram með hjartanu.

Innsæið hjálpar okkur í öllum samskiptum við annað fólk. Augun greina líkamstjáningu og eyrun heyra raddblæbrigði til að lesa í fólk en innsæið skynjar orkuna og hvort þessi manneskja sé öll þar sem hún er séð. Það er hægt að láta líkamann ljúga, með mikilli þjálfun, en orkan, sem geymir öll okkar leyndarmál og tilfinningar, getur aldrei logið. Til dæmis getur fólk þjálfað sig í að snerta ekki nefið þegar það lýgur. Yfirleitt er fólk þó ekki meðvitað um tjáningu eigins líkama og því merkin áreiðanleg. Til dæmis má greina þegar fólk þykist elska einhvern. Kona sem treystir ekki ástmanni, lyftir öxlunum upp og fram til að verja hjartastöðina þegar hún kyssir manninn. Áður hefur verið minnst á að skjóta höfðinu fram þegar við þykjumst vera elskulegri en við erum í raun.

En það er flókið að muna allar hreyfingar líkamans til að lesa í líkamstjáningu og miklu þægilegra að leyfa innsæinu að gera það fyrir okkur. Undirmeðvitundin meðtekur skilaboðin og okkar er að hlusta á innsæið. *Að hafa eitthvað á tilfinningunni* er nákvæmlega innsæið að störfum.

Innsæið getur líka hjálpað okkur að lesa í aðstæður. Eru þetta vinveittar aðstæður eða erum við óvelkomin?

Þegar ég er í ókunnugri borg læt ég innsæið ráða ferð. Ég byrja kannski að ganga í eina átt, en skipti svo um skoðun og geng til baka og í hina áttina. Vinur minn segir að alltaf þegar ég skipti um skoðun finnum við eitthvað stórkostlegt hinum megin.

Innsæið hjálpar okkur að skynja líðan annarra. Sumir eru ótrúlega næmir á líðan annarra og jafnvel svo næmir að þeir fara að kenna sér sjálfum um líðan annarra.

Þeir ímynda sér alls konar ástæður fyrir líðan hins aðilans og brjóta hugann um hvað í ósköpunum þeir gerðu til að orsaka líðanina. Þetta er meðvirkni.

Ef þú ert næm á líðan annarra og leitar oftast skýringa hjá sjálfri þér fyrir líðan þeirra, þarftu að hætta því. Annarra líðan er á þeirra ábyrgð. Þín líðan er þín ábyrgð. Viðbrögð annarra eru þeirra ábyrgð, viðbrögð þín eru þín ábyrgð. Það er nauðsynlegt að læra þetta og aftengja okkur öðrum. Innsæið gagnast okkur á margan hátt, en þegar við álítum okkur ábyrga fyrir öðrum, snúum við því í andhverfu sína og tökum tilfinningarnar inn á okkur.

Í Kabbalafræðunum segir að efnislegi heimurinn okkar sé í raun ekki nema 1% af veruleikanum. Hin 99% eru hulin og þar nýtist innsæið okkur best til skynja veröldina. Hamingja, gleði og lífsfylling eru til dæmis eitt af því sem er í 99% heiminum. Það er svo fátækt líf að dvelja bara í þessu 1% og þess vegna er miklu skemmtilegra og meira gefandi að opna vitundina fyrir því sem er handan við sjón, heyrn, lykt, snertingu og bragð.

Ímyndunin

Ennisstöðin gerir margt annað en að sjá inn í aðrar víddir. Öll ímyndun fer fram í ennisstöðinni. Hvort sem við erum að rifja upp gamlar minningar eða sjá fyrir okkur hvernig eitthvað verður í framtíðinni, fer það fram í ennisstöðinni. Þegar við lesum bækur og sjáum fyrir okkur atburðarrásina og persónurnar erum við að nota ennisstöðina. Þess vegna er betra að lesa bækur heldur en að horfa á sjónvarp. Sjónvarpið þarfnast engrar ímyndunar og er þess vegna ekki örvandi miðill. Það er helst í sakamálaþáttum að áhorfandinn er virkjaður með því að gefa vísbendingar um hver er morðinginn. En morð og lægri hvatir mannsins eru ekki beinlínis örvandi fyrir andlegan þroska.

Það getur verið gott að ylja sér við góðar minningar úr fortíðinni. Það örvar ennisstöðina og fyllir okkur af góðum tilfinningum. En sumar minningar vekja upp sárar tilfinningar og þá er kjörið að vinna með þær, skoða hvað hægt er að fyrirgefa og hvar er hægt að losa um skömm eða aðrar tilfinningar. Minningarnar koma upp til að gefa okkur tækifæri til að heila þær.

Þannig getum við notað ennisstöðina til að heila okkur sjálf, losa um gamlar tilfinningar og hreinsa gamla og staðnaða orku. Eftir því sem ennisstöðin er virkari koma upp fleiri minningar sem við getum unnið með.

En innsæið virkar líka vel á framtíðina, til að kalla inn í líf okkar það sem við viljum fá. Hér þurfum við að passa okkur því það er svo auðvelt að gleyma sér bara í dagdraumum og gera ekkert í málunum. Við getum séð fyrir okkur það sem við viljum fá inn í lífið, en við verðum líka að vinna að því.

Það þýðir ekkert að sjá fyrir sér að maður verði mikill og merkilegur miðill, kokkur eða hvað sem er ef maður undirbýr sig aldrei eða tekur af skarið. Það þýðir ekkert að sjá fyrir sér að við séum hjálparlausar prinsessur í stórri höll og svo komi prins á hvítum hesti og bjargi okkur. Prinsar á hvítum hestum eru oftar en ekki stjórnsamir skúrkar í dulargervi. Við þurfum sjálfar að bera okkur eftir björginni.

Sjáum fyrir okkur hvar við vinnum á draumastaðnum, eftir að við erum búin að sækja þar um. Ímyndum okkur starfið sem við viljum vinna við og gerum okkur hæfari til að sinna því, til dæmis með námskeiðum, sjálfsnámi eða skapandi framtaki.

Þegar við sleppum stjórninni úr hvatastöð og sólarplexus og treystum því að allt komi til okkar sem við þurfum, eflum við orkuna í ennisstöð. Þegar við hömumst við að stjórna öllu eru neðri orkustöðvar á yfirsnúningi, en þegar við sleppum stjórninni geta þær slakað á. Í ennisstöðinni sendum við út óskirnar og erum meðvituð þegar vísbendingarnar koma til baka.

Ef óskirnar samræmast vilja sálarinnar verða þær uppfylltar. Stundum þurfum við að gera eitthvað fyrst eins og að líta í eigin barm, skoða viðhorf og gamlar tilfinningar áður en óskirnar geta raungerst. Kannski þurfum við að sleppa ótta, efa, neikvæðni, hroka eða yfirlæti til að fá það sem við viljum. Það þýðir til dæmis ekkert að biðja um nýtt starf og endurtaka svo í sífellu við alla sem við tölum við að "það sé ekkert að gerast í atvinnumálunum." Við verðum að trúa því að allt fari vel og tala okkur inn í það viðhorf.

Það þýðir heldur ekki að segjast "vanta" íbúð, því alheimurinn heyrir nákvæmlega þessi orð og sér til þess að okkur vanti íbúð áfram. Ef við biðjum alheiminn að finna fyrir okkur íbúð, munum við heyra af lausri íbúð eða finna einhverjar leiðir til að finna íbúð. Í bókinni Finndu styrkinn til að gera það sem þú vilt fer ég nánar í hugsanavenjur og talsmáta.

Ímyndunin er líka fullkomin til að heila okkur sjálf, okkar nánustu, umhverfið og jörðina. Með ímynduninni getum við séð orkuna fyrir okkur í lit og umvafið jörðina með bleiku kærleiksríku ljósi eða bláu heilandi ljósi eða gulum lit eða jafnvel öllum regnbogans litum.

Ímyndunin er sagt vera sterkasta aflið sem við ráðum yfir. Notum hana.

Við getum heilað okkur sjálf með því að ímynda okkur í fjólublárri sturtu úr ljósi. Fjólubláa orkan er öflug því hún getur líka unnið með efnislíkamann. Guli liturinn er góður á huglíkamann eða bleikt eða grænt fyrir geðlíkamann. Við getum sent bleikt ljós inn í hjartað á öðrum eða hjúpað þá með hvítu ljósi.

Ennisstöðin er kóngablá og allir orkusteinar sem eru kóngabláir eru góðir til að örva ennisstöðina. Einnig er gott að vera í bláum fötum til að minna okkur á innsæið og ennisstöðina.

Best er að vera ekki að reyna að opna orkustöðina sjálfur, heldur leyfa henni að opnast þegar þú ert tilbúin.

Það gerðist hjá mér eina nóttina. Ég var tiltölulega nýbyrjuð að vinna með ljós og orku, hafði verið að senda kærleiksorku til ákveðins fólks í nokkurn tíma. Eina nóttina vaknaði ég óvænt um miðja nótt og áður en ég opnaði augun sá ég allt hvítt, eins og það væri engill staddur í herberginu. Þá var eins og einhver setti hönd á ennið á mér og hélt henni þar. Ég skildi ekkert hvað var að gerast en vissi að þetta var eitthvað andlegt og var eiginlega svolítið hissa. Svo sofnaði ég aftur.

Morguninn eftir vaknaði ég og var ennþá með tilfinninguna á enninu, eins og einhver héldi um ennið á mér. Svona var þetta í nokkra daga, alltaf einhver ‚hönd' á enninu en dofnaði svo með tímanum. Nokkru seinna fór ég til heilara og hún sagði að ennisstöðin mín hefði opnast. Í hvert sinn sem ég set meðvitundina upp í ennisstöðina finn ég þessa sömu tilfinningu.

Nokkru síðar fann ég hvernig orkustöðvar á augunum opnuðust, því næst á nefbroddinum og nú ef ég tengi mig inn á það finn ég hvernig ennisstöðin hefur stækkað yfir nær allt andlitið.

Allt gerist þegar það á að gerast, á guðlegum tíma, svo þegar þú ert tilbúin mun ennisstöðin þín opnast líka, ef hún er ekki þegar opin.

Ennisstöðin tengist eyrum, augum og nefi. Einu sinni var ég spurð að því hvernig andlegur fróðleikur kæmi til mín, hvort ég heyrði raddir eða sæi sýnir. Ég sagði að þetta kæmi bara eins og viska inn í höfuðið á mér og að, „nei, ég heyrði aldrei raddir." Fékk ég þá svaka sting í annað eyrað, eins og ég væri minnt á að víst fengi ég fróðleik inn í eyrun líka. Meira að segja þegar ég skrifa þetta finn ég sting í eyranu. Andlegu leiðbeinendur mínir eru óþreytandi á að minna mig á að halda öllum leiðum opnum, því um leið og ég segi að eitthvað sé lokað, verður það þannig.

Staðhæfingar fyrir innsæisstöð

Innsæið hjálpar mér að lesa í aðstæður

Ég treysti innsæinu

Ég á auðvelt með að ímynda mér (jákvæða hluti gerast hjá mér)

Alheimurinn (englar) hjálpar mér að finna hluti og það sem ég þarf

Alheimurinn (englar) hjálpar mér muna það sem ég þarf að muna

Ég leyfi mér að skynja það sem augun ekki sjá

Hugur minn er rólegur og friðsamlegur

HÖFUÐSTÖÐ

Litur: Fjólublár

Staðsetning: Ofan á höfðinu

Mótast: Á sálnasviði og opnast þegar þú ert tilbúin(n)

Kirtill: Heilaköngull

Líkamleg áhrif: Höfuð, heili, heiladingull, eyru, augu, höfuðkúba og beinagrind

Stærsta verkefnið: Að tengjast alheiminum, skaparanum hverju nafni sem hann nefnist

Mantra: Ég er skapari og skapa mína eigin veröld

HÖFUÐSTÖÐIN

GUÐDÓMURINN

Höfuðstöðin er tenging okkar við Guðdóminn. Við erum Guð og Guð erum við. Við erum eitt.

Stíflur í höfuðstöð geta orsakað þráhyggju, þröngsýni, vera fastur í fortíðinni eða sífellt með áhyggjur af framtíðinni. Viðkomandi á erfitt með að vera í núinu. Ofvirk höfuðstöð getur leitt fólk of mikið út í andleg mál, þannig að það gleymir öðrum skyldum. Ofvirk höfuðstöð getur líka leitt til þess að fólk sé bara í huganum, að það gleymi að senda orku niður í líkamann og skorti því jarðtengingu. Höfuðið virkar þá einhvern veginn stærra hlutfallslega heldur en líkaminn, sem virkar þá mjór og þunnur.

Einstaklingur með vanvirka höfuðstöð er ósveigjanlegur, með sjálfselskt gildismat og siðferði og getur ekki séð heildarmyndina. Vegna þess að hann skynjar ekkert annað en sjálfan sig er hann yfirleitt vantrúaður og þarf því að finna annan tilgang með lífinu, annars er hætta á að detta í depurð og þunglyndi.

Einstaklingur með lokaða höfuðstöð getur orðið pirraður út í þá sem segjast fá andlega leiðsögn eða hjálp, því hann skynjar ekkert slíkt. En þar sem hann trúir ekki að það geti gerst, býst hann heldur ekki við neinu.

Lokuð eða stífluð höfuðstöð getur leitt til þunglyndis, höfuðverkja, vandamála í taugakerfi, Parkinsonsveiki, heilabilunar, lömunar, flogaveiki, MS og elliglapa.

Ég mæli ekki með því að fólk reyni sjálft að opna höfuðstöðina, því það getur leitt til öfgahegðunar. Betra er að beina frekar athyglinni til annarra, senda þeim ljós í hugleiðslu eða senda heilun til annarra og jarðarinnar, í mesta lagi hreinsa í burtu gráa orku yfir höfðinu. Enn betra er að taka til í eigin huga, vinna með hamlandi viðhorf og neikvæðar hugsanir, því þeim fylgir neikvæð og þung orka.

Einu sinni var ég í sjálfboðavinnu hjá manni sem alltaf bjóst við því að eitthvað færi úrskeiðis og þegar það gerðist þá fékk hann ástæðu til að reiðast og æsa sig. Þar að auki var hann trúlaus og því mjög líklega með stíflaða höfuðstöð. Það var alveg sama hvað ég benti honum á að ef hann byggist við vandræðum myndu þau leita hann uppi. Í hvert sinn sem ég minntist á engla og betra væri að biðja alheiminn um hjálp til að allt færi vel, fussaði hann bara og sveiaði. Eðlilega var alltaf eitthvað vandamál hjá honum og á endanum þagði ég bara þegar hann þusaði um öll vandamálin sín og var ekki hissa þegar eitthvað fór úrskeiðis.

Ef við erum neikvæð og sjáum erfiðleika í öllu, er nokkuð víst að lífið verður erfitt og vandamál poppa upp alls staðar. Ef við erum jákvæð og treystum því að allt fari vel, mun allt fara vel.

Hugur okkar getur verið fangelsi eða leið til frelsis, allt eftir því hver viðhorf okkar eru. Ef við höldum að við séum fórnarlömb, erum við föst þar. Við þurfum að brjóta af okkur hlekkina, einn af öðrum og þannig losna úr viðjum hugsunarháttarins.

Skaparar eigin lífs

Við höfum öll hæfileika til að skapa, ekki bara í efni, heldur getum skapað eigið líf. Við setjum út óskir og þær rætast þegar tíminn er réttur og í því formi sem hentar okkur. Til dæmis er hægt að skrifa óskirnar á miða og henda í eld, henda óskasteinum út í sjó eða peningum í brunna, fara í kirkju eða hof og biðja, eða bara biðja heitt og einlægt heima hjá sér. Þegar við óskum okkur með öllum líkamanum, þannig að hver fruma sé með í óskinni, veit alheimurinn að okkur er alvara.

Mig langaði til að skrifa og ferðast, setti út óskina og það er nákvæmlega það sem ég geri núna. Ég hélt ég þyrfti að skrifa metsölubók áður en ég hefði efni á því, en alheimurinn sýndi mér leiðir til að gera það án þess að það kostaði mikið. Ég passa hús og gæludýr eða vinn sjálfboðavinnu í skiptum fyrir húsnæði og mat. Þannig kynnist ég fullt af frábæru fólki og bý á alls konar skemmtilegum stöðum.

Þrjár vikur gisti ég í þakíbúð í Beirut og svaf á bakvið tjald í stofunni með opna hurð út á verönd og opinn glugga hinum megin. Tvær vikur gisti ég í tjaldi í Wadi Rum eyðimörkinni í Jórdaníu. Vaknaði við sólarupprás og gerði sólaræfingar, hugleiðsla við hvert sólarlag og þess á milli keyrðum við með ferðamenn um eyðimörkina. Maturinn var eldaður yfir kolum í heitum sandinum yfir daginn og sólarrafhlaðan á þaki klósettskúrsins sá um að hlaða farsímann. Ég ferðaðist til Palestínu og hitti gott fólk alls staðar hvar sem ég kom. Ég bað um ævintýri og fékk ævintýri.

Síðasta nóvember var ég að passa hund í nýtískulegu húsi í Suður-Frakklandi, með sundlaug og útsýni yfir fallegan dal og þá rifjaðist upp fyrir mér að fyrir einhverjum árum var ég að skoða myndir af húsum með sundlaugar og hugsaði hvað mig langaði að búa í svona húsi í Frakklandi. Þannig hafði óskin mín ræst.

Þegar ég kom fyrst til Istanbul gekk ég mikið um borgina og meðal annars í Beyoglu, gamla hverfinu á milli Taksim torgs og Galata turns. Þar sem ég horfði upp á gullfallegar byggingarnar óskaði ég þess að einhver myndi lána mér íbúðina sína svo ég gæti verið þar í mánuð eða tvo og skrifað. Svo gleymdi ég þessari ósk.

Nokkrum mánuðum síðar þegar ég kom aftur til Istanbul og plönin mín stóðust ekki, var ég á leiðinni til að hitta konu sem vantaði einhvern til að passa tvo ketti á meðan hún skryppi til heimalands síns í sex vikur. Þar sem ég kom upp úr neðanjarðarlestarstöðinni og var litið upp á húsin, áttaði ég mig á að ég var nákvæmlega í sama hverfi og ég hafði óskað mér nokkrum mánuðum áður.

Mig langaði að búa á Frönsku Rívíerunni og síðasta mánuðinn hef ég búið nákvæmlega þar, mitt á milli Nice og Cannes, í sjálfboðavinnu.

Það koma oft svona andartök þar sem ég átta mig á að einhver ósk sem ég hafði hætt að hugsa um er að rætast. Það er svo skemmtilegt að uppgötva hvað hver einasta hugsun, hver einasta ósk skiptir máli.

Við sköpum nefnilega lífið okkar.

Á þessari vegferð minni hef ég þrjú mottó, þau sömu og ég hafði í forsetaframboðinu:

1. Ég treysti því að allt sé eins og það eigi að vera og þótt að eitthvað sé ekki eins og ég hafði planað það, er það allt í lagi, því eitthvað betra kemur í staðinn.

2. Ég treysti því að ég fái alla þá hjálp sem ég þarf.

3. Ég treysti því að allt fari vel, svo ég þarf ekki að hafa neinar áhyggjur.

Auðvitað finn ég stundum fyrir óöryggi, sérstaklega þegar ég hef engan samastað í margar nætur og þarf að treysta á að einhver leyfi mér að gista á sófanum sínum.

Stundum gengur erfiðlega að finna gestgjafa og það er mjög taugatrekkjandi. En þegar ég fæ ný hús og gæludýr til að sinna, finn ég að andlegu leiðbeinendur mínir passa ennþá upp á mig.

Það var auðveldara að fara eftir þessum mottóum í forsetaframboðinu. Ég fékk þá hjálp sem ég þurfti. Besta vinkona mín bauðst til að keyra mig um landið til að safna undirskriftum og alltaf þegar ég var að gefast upp kom einhver, hvatti mig áfram og sagði hvað boðskapur minn þyrfti að heyrast.

Það var erfitt að ná ekki til fjöldans. Stærstu fjölmiðlarnir höfðu ákveðið að skrifa bara um einn frambjóðandann og hunsa hina eða skrifa illa um þá; og hinir litlu vildu vera hlutlausir og skrifa bara eitthvað létt og froðukennt um hvern frambjóðanda. Það var mjög niðurdrepandi að sjá hvernig fjölmiðlar sinntu ekki skyldum sínum og uppfræddu fjöldann, heldur gættu hagsmuna eigenda sinna eða skrifuðu bara það sem fólk vildi heyra. Samt trúði ég því að það væri einhver ástæða fyrir framboðinu og að eitthvað gott myndi koma út úr því.

Framboðið varð vissulega til þess að ég lagði af stað út í heim, því ég gat ekki búið lengur í landi þar sem ég sá í gegnum froðuna. Ég varð líka sterkari við þessa þrekraun og held áfram að verða sterkari við hverja raun. Þarna um árið bað ég um sterkara hjarta, að hætta að verða særð og það er það sem er að koma.

En það er mjög gott að hafa þessi mottó á ferðalögum mínum. Ég veit ég fæ alltaf hjálp þegar á þarf að halda. Ef ég er með þunga tösku mun einhver bjóðast til að hjálpa mér að lyfta henni. Ef ég er villt mun einhver koma og hjálpa mér að finna réttu leiðina, eða englarnir beina athygli minni að skilti eða einhverju kennileiti.

Einu sinni var ég að koma frá Ísrael aftur til Jórdaníu og á landamærunum tóku Ísraelar allan peninginn af mér svo ég hafði ekki nema fimm dinera í klinki til að koma mér inn til Amman. Rútan kostaði fjóra dínera og þá var einn eftir. Leigubíll niður í miðbæ þar sem hostelið var og hraðbankar kostaði að minnsta kosti fimm dínera fyrir mig, vestræna konu, því leigubílar rukkuðu mig alltaf meira en innfædda. Þess vegna tók ég alltaf strætó, sama gjald fyrir alla. En það var enginn strætó sem gekk niður í bæ frá stöðinni.

Einn möguleiki var eftir, að taka sameiginlegan leigubíl með öðru fólki sem líka var að fara niður í bæ. En ég mundi ekki hvort það kostaði meira en einn dínar, svo ég spurði manninn í næsta sæti og sýndi honum að ég hefði bara einn dínar til að komast niður í bæ.

Hann varð hinn almennilegasti og sagðist vera að fara niður í bæ líka og að ég skyldi bara koma með honum. Þetta var fjallmyndarlegur Palestínumaður, sem var að vinna að doktorsverkefni sínu í París og hafði skroppið heim til að heilsa upp á fjölskylduna. Palestínumenn mega ekki fljúga út úr Ísrael svo þeir þurfa alltaf að fara yfir landamærin til Jórdaníu, rándýra leið með fullt af aukagjöldum og fljúga þaðan.

Hann endaði á að borga fyrir mig í sameiginlega leigubílnum og krafðist þess að bjóða mér út að borða. Ég maldaði í móinn og sagðist alveg getað náð í pening í næsta hraðbanka, en hann var harðákveðinn.

Í Argentínu lenti ég snemma morguns og ætlaði að taka strætó frá flugvellinum niður í bæ, en það var ekki hægt að borga með peningum heldur þurfti að borga með áfyllingarkorti. Bílstjórinn kallaði aftur í bílinn og spurði hvort einhver vildi borga fyrir mig með kortinu sínu og viti menn, upp spruttu tveir menn sem vildu endilega borga. Ég bauðst til að borga þeim, en þeir vildu alls ekki þiggja það. „Velkomin til Argentínu," sögðu þeir bara.

Þegar ég tók rútu frá Beirút til Byblos gerðist það sama. Annar farþegi krafðist þess að borga fyrir mig, svo glaður að einhverjir vildu ferðast til Líbanon. Hann var líka að fara til Byblos, labbaði með mér inn í bæ þegar við komum þangað og kvaddi mig svo með virktum. Í Byblos hitti ég svo fólk sem var á bíl og var að fara upp í fjöllin og bauð mér að koma með. Ég þáði náttúrulega því öðruvísi hefði ég ekkert komist til þessara staða og ég veit að allt fer vel.

En svona er alltaf að gerast hjá mér. Heimurinn er fullur af fólki, sem vill sýna gestrisni og jafnvel vill deila húsinu sínu með manneskju eins og mér, ekki til að fá eitthvað í staðinn, heldur bara til að kynnast og skiptast á reynslu og sögum. Í raun er miklu skemmtilegra að ferðast með lítinn pening, gista við alls konar aðstæður og taka sénsa heldur en að gista á fínum hótelum, leigja bíl, fara eigin leiðir og hitta engan.

Fjólublár

Höfuðstöðin er fjólublá og því merkir sá litur tenging við skaparann, andlega visku, andlegan þroska, heilun og líka sjálfstæða hugsun. Liturinn tengist einnig valdi og ríkidæmi því hér áður fyrr, þegar föt voru lituð með jurtalitum, var erfiðast að ná fjólubláum lit og einungis á færi þeirra efnameiri. Þess vegna var þetta kjörinn litur fyrir aðalsfólk til að aðskilja sig frá hinum og var almúganum bannað að ganga í fjólubláum fötum.

Nú getum við gengið í fjólubláum fötum eins og okkur sýnist og um að gera að nota litinn til að efla andlega tengingu.

Vegna þessarar gömlu tengingar við aðalinn táknar liturinn virðingu, metnaðargirnd, lúxus og gnægð. En hann táknar líka eitthvað dularfullt, eins og töfra og galdur, vegna tengingarinnar við hið andlega og óskiljanlega.

Kristallinn Amethyst er kjörinn til að vinna með höfuðstöðina og gott að hafa einn slíkan heima hjá sér. Hann veitir vernd þegar við erum að vinna andlega vinnu eins og hugleiðslu eða heilun.

Andleg tenging

Höfuðstöðin er tenging okkar við skaparann og okkar er að halda þessari tengingu hreinni. Það þýðir meðal annars að ekki neita áfengra drykkja, bjór og vín meðtalið. Meira að segja kaffi getur blokkerað þessa tengingu, því kaffi örvar efnissviðið og dregur okkur niður í neðri orkustöðvarnar.

Ég finn eftir hvert sinn sem ég fæ mér áfengan drykk, þótt það sé ekki nema hálft glas af víni, að andlegu leiðbeinendur mínir þurfa að hreinsa höfuðstöðina á eftir. Það er eins og verið sé að róta í hárinu á mér í nokkra daga á eftir og ég get ekki skrifað neitt andlegt í nokkra daga, því tengingin er rofin. Fyrir utan að eftir um það bil þrjá daga leggst ég yfirleitt í þunglyndi, lífið missir tilgang og ég óska þess að ég fái að deyja fljótlega. En svo líður það hjá og ég öðlast trú á lífið á ný.

Höfuðstöðin er ofan á höfðinu og eftir því sem hún stækkar verður hún eins og hjálmur sem nær allt í kringum höfuðið og yfir ennið líka þar sem ennisstöðin er, þannig að þessar tvær stöðvar skarast. Það er eins með allar orkustöðvarnar, eftir því sem þær stækka og eflast, skarast þær og ljósið þitt eflist.

Sálin bankar upp á í hjartanu, því líkurnar eru meiri á að við heyrum í henni þar. Eftir því sem efri orkustöðvarnar þroskast og opnast, eflist tengingin við sálina og alheiminn.

Styrktu tenginguna við andlega leiðbeinendur þína. Þú getur fengið hjálp við að tengjast þeim á alls konar námskeiðum og í hugleiðslu. Stundaðu hugleiðslu þar sem þú vinnur markvisst með orku og ljós. Fylltu þig með heilunarljósi, sendu heilun til þeirra sem þér þykir vænt um. Sendu heilunarljós yfir landið þitt í huganum, síðan heimsálfuna og loks alla jörðina.

Taktu til í huganum, kveddu niður lægra sjálfið og leyfðu sálinni að stjórna huganum. Losaðu þig við gamlar tilfinningar sem íþyngja þér í lægri orkustöðvum.

Á fyrri æviskeiðum hef ég komist að því að andleg þjálfun, þar sem öll orkan er sett í að opna ennisstöð eða höfuðstöð og lægri orkustöðvum afneitað, er ekki leiðin til uppljómunar. Sú leið er í mesta lagi flótti frá sársauka, þótt hún geti verið ákveðið þrep á þroskabrautinni.

Til að ná stigi uppljómunar þurfum við að geta látið traðka á hjartanu á skítugum skónum án þess að finna til. Það gerum við með því að taka þátt í lífinu, eignast börn og fjölskyldur, opna hjartað, verða særð og læra að vinna úr sársaukanum, læra að takast á við alls konar tilfinningar, elska skilyrðislaust, fyrirgefa, samþykkja, sýna skilning, læra umburðarlyndi og finna samhygð, hreinsa út úr orkustöðvunum, hætta að láta valta yfir okkur, læra að setja mörk og segja til þegar okkur mislíkar. Við hverja raun eflumst við þar til orð og gjörðir annarra særa okkur ekki lengur.

Til að ná uppljómun þarf að skilja að heimurinn er hvorki vondur né góður, hann bara er. Allt í lífinu er reynsla sem við sækjumst eftir og þegar við getum unnt öðrum að öðlast þá reynslu sem þeir sækjast eftir án þess að það hafi áhrif á okkur, þá erum við komin langt.

Allar orkustöðvarnar eru mikilvægar. Við þurfum jarðtengingu alveg jafn mikið og tengingu við Guðdóminn. Guð er ekki gamall karl sem situr uppi í himninum og refsar okkur eða sendir okkur vandamál, heldur er Guð hann, hún og það innra með okkur. Guð er þegar við elskum, fyrirgefum, sýnum hluttekingu og skilning, hjálpum og þiggjum. Guð er upphafið og endirinn.

Staðhæfingar fyrir höfuðstöð:

Ég er mikilvæg(ur)

Ég er elskuð/elskaður skilyrðislaust

Ég er tengd(ur) sálinni og heyri leiðbeiningar hennar

Ég er fullkomlega eins og ég á að vera

Ég treysti andlegri leiðsögn

Ég treysti því að allt fari vel

Ég treysti því að fá alla þá hjálp sem ég þarf

Ég treysti því að allt er eins og það á að vera

Ég bæti heiminn með því að vera til og leyfa ljósi mínu að skína

LOKAORÐ

Nú höfum við fjallað um stærstu orkustöðvarnar sjö. Eins og kom fram eru þær miklu fleiri og munu hreinsast og opnast af sjálfu sér eftir því sem við vinnum með orkulíkamann almennt.

Mér finnst ástæða til að ítreka aftur mikilvægi þess að ekki reyna að hraða neinum árangri. Vinnum rólega með okkur sjálf, byrjum á rótarstöðinni og vinnum okkur upp smám saman. Það liggur ekkert á.

Við erum öll á sömu vegferðinni, að hreinsa orkulíkamann og hækka tíðnina. Þótt sumir séu komnir lengra á vegferðinni eru þeir ekkert merkilegri eða mikilvægari en hinir sem skemmra eru komnir. Þeir lögðu einfaldlega fyrr af stað.

Þegar við höfum tekið okkur í sátt, fundið eigin styrkleika og hæfileika og breytt veikleikum í leiðarvísa eða kosti, eigum við auðveldara með að samþykkja annað fólk. Við höfum sjálf breyst, fundið innri ró og höfum ekki lengur þessa þörf fyrir að breyta öðrum.

Þörfin fyrir að breyta öðrum hlýst af ótta við að horfast í augu við eigin persónu. Það er miklu auðveldara að sjá hvað er að öðrum heldur en okkur sjálfum. „Ef hann breytist þá verður allt svo gott." Það er auðveldara að gefa öðrum ráð heldur en að fara eftir eigin ráðum.

Hugrekki er að horfast í augu við eigin persónu og hugsa hverju við getum breytt sjálf. Hugrekki fæst með því að taka af skarið.

Við erum öll jafn mikilvæg, bræður og systur. Það er sama hvaða trúarbrögð við aðhyllumst eða hvort við trúum á náttúruna, Guð í himnum eða innri kjarna. Öll erum við að reyna að verða betri manneskjur, hvernig sem við förum að því.

Hvert einasta okkar hefur mikilvægt hlutverk fyrir þróun mannkynsins. Í hvert sinn sem við vinnum í okkur sjálfum, hreinsum út gamlar tilfinningar og eflum styrkinn, erum við að hjálpa heildinni. Eftir því sem ljósið okkar eflist, lýsir það öðrum og eftir því sem tíðni okkar hækkar, dregur það heildina upp í tíðni, sem hefur óhjákvæmilega áhrif á aðra einstaklinga án þess að við gerum nokkuð.

Við erum öll hluti af sama ljósinu, geislar frá sömu sól. Þess vegna er mikilvægt að missa sig ekki í aðdáun á annarri manneskju. Við getum leitað ráða hjá öðrum og jafnvel innblásturs frá leiðtogum, en höfum í huga að þeir eru jafn fallvaltir og við. Andlegir leiðtogar geta líka leiðst inn á brautir græðgi, misnotkunar og hroka lægra sjálfsins. Því er mikilvægt að dæma ekki aðra, en ekki heldur upphefja þá. Við berum ábyrgð á okkur, aðrir bera ábyrgð á sér. Þú getur breytt þér, en þú getur ekki breytt öðrum.

Sumir þurfa trúarbrögð til að útskýra af hverju við eigum ekki að stela, pretta eða ljúga. Trúarbrögðin gefa formfestu og eitthvað gamalt, þaulreynt og haldbært sem sumir þurfa á að halda.

Aðrir forðast hins vegar trúarbrögð og nota heilbrigða skynsemi eða heimspeki til að ákveða hvað er best.

Sumir þurfa að stela og pretta til að læra að það er ekki vænlegt til vinnings. Aðrir trúa því að þeim verði refsað af almáttugum Guði ef þeir gera andstætt vilja hans. Enn aðrir vita að þeir skapa sér karma með því að taka eitthvað sem aðrir eiga og forðast það í lengstu lög og ef einhver stelur frá þeim, vita þeir að það kemur aftur margfalt frá alheiminum. Þegar ég er að selja eitthvað, leigja eða velja, þá bið ég um útkomu þannig að allir verði sáttir, ekki bara það sem er best fyrir mig. Ég leitast við að vera í samhljómi með alheiminum.

Engin trúarbrögð eru réttari en önnur. Þau eru öll einhvers konar skýring á heiminum og hvers vegna við eigum að koma fram við aðra eins og við viljum að sé komið fram við okkur.

Ekkert er rétt eða rangt. Allt er hluti af því að læra. Auðvitað finnst okkur sárt ef einhver stelur frá okkur eða meiðir á einhvern hátt. En eftir því sem við lærum að sleppa og fyrirgefa jafnóðum og vinna úr tilfinningunum, hækkar tíðnin og lífið verður auðveldara.

Vonandi geturðu nýtt þessa bók til að lyfta oki gamalla minninga og tilfinninga af orkulíkamanum þínum, svo hann nái að hreinsast og verða léttari. Þar með verður lífið þitt léttara og því meira sem þú treystir að allt fari vel, því auðveldara verður lífið.

Ef þú ert viss um að eitthvað muni fara úrskeiðis, mun það gerast. Er þú ert hins vegar viss um að þú fáir alla þá hjálp sem þú þarft til að gera það sem þú vilt, þá mun það gerast.

Alheimurinn er vinveittur þér, því fyrr sem þú samþykkir það því betra.

Þegar við hættum að óska þess að við værum öðruvísi eða ættum annað og betra líf, finnum við innri frið.

Hugsum meira um það sem við höfum af hæfileikum og hvernig við getum nýtt þá heldur en að óska okkur eiginleika sem okkur eru ekki eiginlegir.

Í stað þess að sóa orkunni í að hugsa um hvað við erum ekki, þá notum við orkuna í að efla okkur sjálf.

Made in the USA
Columbia, SC
18 November 2024

46959103R00095